SÁCH NẤU ĂN SỐT CÀ CHUA CẦN THIẾT

100 món ngon sáng tạo cho mọi món mì ống và hơn thế nữa

Huy Tien

MỤC LỤC

MỤC LỤC 3

GIỚI THIỆU 6

SỐT CÀ CHUA NÓNG 7

   1. Chilê điệu Salsa 8

   2. Tiếng Creole Nóng Sốt tiêu 10

   3. Harissa 12

   4. Nóng Nước sốt mì ống 14

   5. điệu Salsa tất cả Sốt Amatriciana 16

   6. Nước sốt súng máy Mexico 18

   7. Sốt cà chua cay và ớt đỏ 20

   8. Sốt cà chua Tứ Xuyên 22

   9. Sốt Cà Chua Nướng Bốc Lửa 24

   10. cà chua Habanero 26

   11. Sốt cà chua cay kiểu Thái 28

   12. Sốt cà chua Cajun 30

SỐT CÀ CHUA BBQ 32

   13. Sốt thịt nướng bơ táo 33

   14. Nước sốt thịt nướng cho khói 35

   15. Sốt Cà Chua BBQ Cay 37

   16. Sốt cà chua BBQ đào thơm 39

   17. Sốt cà chua BBQ Maple Bourbon và 41

   18. Sốt Cà Chua BBQ Chipotle Mật Ong 43

   19. Cà phê sốt cà chua BBQ 45

   20. Sốt Cà Chua BBQ Dứa Jalapeno BBQ 47

   21. Sốt Cà Chua BBQ Hàn Quốc 49

SỐT SALSA CÀ CHUA 51

   22. Salsa ớt nướng 52

   23. Salsa bơ Arbol 54

   24. Salsa picante lạch rõ ràng 56

   25. Salsa Ý 59

   26. Salsa cà chua Jalapeno 61

   27. Salsa xoài dứa 63

   28. Salsa ngô và đậu đen 65

   29. Pico de Gallo Salsa 67

   30. Salsa dưa hấu cà chua 69

   31. Salsa cà chua bơ ngô 71

   32. Salsa xoài Habanero 73

   33. Cà chua Salsa Verde 75

   34. Salsa ớt đỏ nướng 77

CHUTNEY CÀ CHUA 79

35. Thịt nướng trái cây Tương ớt 80

36. Tương ớt cà tím và cà chua 82

37. Tương ớt cà chua với Chile 85

38. Tương ớt ngô và cà chua 88

39. Tương ớt cà chua xanh cay 90

40. Ớt chuông (ớt chuông) và tương ớt cà chua 92

41. Mầm cà ri và tương ớt cà chua 94

42. Húng quế và tương ớt cà chua khô 96

43. Tương ớt đu đủ chua ngọt 98

PESTO CÀ CHUA 100

44. Pesto cà chua khô húng quế 101

45. Sốt Pesto phơi nắng 103

46. Pesto atisô phô mai 105

47. Pesto phô mai dê kiểu Pháp 107

48. Feta và Pesto cà chua khô 109

49. Ớt đỏ nướng và Pesto cà chua 111

50. Cà chua cay và húng quế Pesto 113

51. Pesto cà chua quả óc chó 115

52. Pesto Rosso cà chua 117

53. Pesto cà chua và hạnh nhân 119

54. Pesto cà chua và hạt điều 121

55. Cà chua và quả hồ trăn Pesto 123

56. Pesto hạt cà chua và bí ngô 125

SỐT MỲ CÀ CHUA 127

57. Sốt mì ống cơ bản 128

58. Cay Nước sốt mì ống 130

59. mì ống cam quýt 132

60. Bia Nước sốt mì ống 134

61. Sốt mì ống Calcutta 136

62. Sốt cà chua cay Neapolitan 138

63. Sốt cà chua tỏi nướng Neapolitan 140

64. Sốt cà chua balsamic Neapolitan 142

65. Sốt Cà Chua Caprese 144

66. Sốt mì ống nấm và cà chua 146

67. Sốt mì ống cà chua và ô liu 148

SỐT CÀ CHUA MARINARA 150

68. Sốt Marinara Chunky 151

69. Sốt Marinara 30 Phút 153

70. Marinara tỏi 155

71. Nước sốt mì ống Marinara 157

72. Salsa Marinara 159

73. Marinara cà chua tỏi nướng 161

74. Marinara cà chua nấm 163

75. Cà chua sốt ớt đỏ Marinara 165
76. Rau chân vịt Cà chua Marinara 167

SỐT CÀ CHUA ARRABBIATA 169
77. Sốt cà chua Arrabbiata cổ điển 170
78. Sốt cà chua nướng Arrabbiata 172
79. Sốt cà chua cay Arrabbiata với Pancetta 174
80. Sốt cà chua chay Arrabbiata 176
81. Sốt kem cà chua Arrabbiata 178
82. Sốt ớt đỏ nướng Arrabbiata 180
83. Sốt cà chua Arrabbiata phơi nắng 182
84. Sốt nấm Arrabbiata 184

SỐT KEM CÀ CHUA 186
85. Sốt Kem Cà Chua Khô 187
86. Sốt Kem Cà Chua Vodka 189
87. Sốt Kem Cà Chua Tỏi Nướng 191
88. Sốt kem cà chua bi với Parmesan 193
89. Sốt kem cà chua húng quế 195
90. Sốt Kem Cà Chua Cay 197
91. Sốt Kem Cà Chua Nấm 199
92. Rau chân vịt sốt kem cà chua 201
93. Sốt kem cà chua và húng quế 203
94. Sốt kem cà chua và ớt đỏ nướng 205
95. Sốt Kem Phô Mai Dê Và Cà Chua 207
96. Sốt kem cà chua và Gorgonzola 209
97. Sốt kem cà chua thịt xông khói 211
98. Sốt Kem Cà Chua Thảo Mộc 213
99. Tôm Sốt Kem Cà Chua 215
100. Kem cà chua và rau bina Alfredo 217

PHẦN KẾT LUẬN 219

GIỚI THIỆU

Chào mừng bạn đến với "Sách dạy nấu ăn sốt cà chua thiết yếu", nơi chúng ta đi sâu vào thế giới phong phú và đầy hương vị của nước sốt cà chua. Sốt cà chua là trái tim và linh hồn của vô số món ăn, từ công thức mì ống cổ điển đến món hầm mặn và hơn thế nữa. Trong cuốn sách nấu ăn này, chúng tôi giới thiệu với bạn 100 món ngon sáng tạo thể hiện tính linh hoạt và thơm ngon của nước sốt cà chua, mang đến nguồn cảm hứng cho mọi bữa ăn và mọi dịp. Sốt cà chua không chỉ là một loại gia vị—nó còn là nền tảng ẩm thực tạo nên nền tảng cho vô số món ăn trong nền ẩm thực trên khắp thế giới. Cho dù bạn đun nhỏ lửa và chậm để có món ragù đậm đà và thịnh soạn, trộn với mì ống để có một bữa ăn nhanh chóng và thỏa mãn hay dùng nó làm nguyên liệu cho súp, món thịt hầm và pizza, nước sốt cà chua sẽ tăng thêm chiều sâu, hương vị và sự sống động đến mọi món ăn nó chạm vào. Trong bộ sưu tập này, chúng tôi sẽ chỉ cho bạn cách nắm vững nghệ thuật làm nước sốt cà chua từ đầu và sử dụng nó để tạo ra các công thức nấu ăn ngon miệng làm thỏa mãn vị giác của bạn.

Nhưng "Sách nấu ăn sốt cà chua thiết yếu" không chỉ là một bộ sưu tập các công thức nấu ăn—đó là sự tôn vinh quả cà chua khiêm tốn và tiềm năng ẩm thực đáng kinh ngạc của nó. Khi khám phá các trang của cuốn sách nấu ăn này, bạn sẽ khám phá được lịch sử và ý nghĩa văn hóa của nước sốt cà chua cũng như các mẹo và kỹ thuật chế biến và sử dụng nó trong nấu nướng. Cho dù bạn là một đầu bếp dày dặn kinh nghiệm hay một người mới nấu ăn, cuốn sách nấu ăn này sẽ có điều gì đó truyền cảm hứng và kích thích nghệ sĩ ẩm thực bên trong bạn.

Vì vậy, cho dù bạn đang nấu ăn cho bữa tối gia đình, tổ chức một bữa tiệc tối hay chỉ đơn giản là thèm một bát mì ống thoải mái, hãy để "Sách dạy nấu ăn sốt cà chua thiết yếu" làm hướng dẫn cho bạn. Từ các công thức nấu ăn cổ điển của Ý cho đến những sáng tạo lấy cảm hứng từ toàn cầu, có một công thức nước sốt cà chua trong bộ sưu tập này dành cho mọi khẩu vị và sở thích. Hãy sẵn sàng nâng tầm khả năng nấu nướng của bạn và thưởng thức hương vị đậm đà và thơm ngon của nước sốt cà chua.

SỐT CÀ CHUA NÓNG

1.Chilê điệu Salsa

THÀNH PHẦN:
- 6 quả cà chua vừa
- 2 quả ớt jalapeño
- 1 củ hành tây nhỏ, xắt nhỏ
- 2 tép tỏi
- Nước ép 1 quả chanh
- 1/4 chén lá ngò
- Muối để nếm

HƯỚNG DẪN:
a) Làm nóng lò nướng thịt trong lò của bạn.
b) Đặt cà chua và ớt jalapeño lên khay nướng và nướng trong khoảng 5 phút cho đến khi vỏ cháy thành than.
c) Lấy ra khỏi lò và để chúng nguội một chút.
d) Loại bỏ vỏ khỏi cà chua và cuống từ ớt jalapeño.
e) Trong máy xay sinh tố hoặc máy chế biến thực phẩm, trộn cà chua, ớt jalapeño, hành tây, tỏi, nước cốt chanh, lá ngò và muối.
f) Xay đến khi mịn.
g) Chuyển salsa vào lọ hoặc hộp kín và để trong tủ lạnh.

2.Tiếng Creole Nóng Sốt tiêu

THÀNH PHẦN:
- 10 quả ớt habanero, bỏ cuống
- 2 tép tỏi
- 1/2 chén giấm trắng
- 2 muỗng canh bột cà chua
- 1 muỗng canh ớt bột
- 1 thìa mật ong
- 1 thìa cà phê muối

HƯỚNG DẪN:
a) Trong máy xay sinh tố hoặc máy chế biến thực phẩm, trộn ớt habanero, tỏi, giấm trắng, bột cà chua, ớt bột, mật ong và muối.
b) Xay đến khi mịn.
c) Chuyển nước sốt vào nồi và đun sôi trên lửa vừa.
d) Nấu khoảng 10 phút, thỉnh thoảng khuấy đều.
e) Tắt bếp và để nước sốt nguội.
f) Sau khi nguội, chuyển nước sốt vào lọ hoặc hộp kín và để trong tủ lạnh.

3.Harissa

THÀNH PHẦN:

- 6 quả ớt khô (chẳng hạn như ớt ancho hoặc guajillo), bỏ cuống và hạt
- 2 tép tỏi
- 2 muỗng canh dầu ô liu
- 1 muỗng canh bột cà chua
- 1 muỗng canh thì là xay
- 1 thìa cà phê rau mùi đất
- 1 muỗng cà phê hạt caraway xay
- 1/2 muỗng cà phê quế xay
- 1/2 thìa cà phê muối

HƯỚNG DẪN:

a) Đặt ớt khô vào tô và đậy lại bằng nước sôi.
b) Để ớt ngâm khoảng 15 phút cho đến khi mềm.
c) Xả ớt và chuyển chúng vào máy xay hoặc máy chế biến thực phẩm.
d) Thêm tỏi, dầu ô liu, bột cà chua, thì là, rau mùi, hạt caraway, quế và muối.
e) Xay đến khi mịn.
f) Chuyển nước sốt vào lọ hoặc hộp kín và để trong tủ lạnh.

4.Nóng Nước sốt mì ống

THÀNH PHẦN:

- 2 muỗng canh dầu ô liu
- 1 củ hành tây, thái nhỏ
- 2 tép tỏi, băm nhỏ
- 1/2 chén nước sốt nóng tùy bạn chọn
- 1 lon (28 ounce) cà chua nghiền
- 1 muỗng cà phê húng quế khô
- 1 thìa cà phê lá oregano khô
- 1/2 thìa cà phê đường
- Muối và hạt tiêu đen cho vừa ăn

HƯỚNG DẪN:

a) Trong một cái chảo lớn, đun nóng dầu ô liu trên lửa vừa.

b) Thêm hành tây xắt nhỏ và tỏi băm vào xào cho đến khi hành tây trong suốt và tỏi có mùi thơm.

c) Khuấy nước sốt nóng và nấu trong 1 phút.

d) Thêm cà chua nghiền, húng quế khô, lá oregano khô, đường, muối và hạt tiêu đen.

e) Đun sôi nước sốt và đun trong khoảng 20 phút, thỉnh thoảng khuấy đều.

f) Tắt bếp và để nước sốt nguội.

g) Sau khi nguội, chuyển nước sốt vào lọ hoặc hộp kín và để trong tủ lạnh.

5.điệu Salsa tất cả Sốt Amatriciana

THÀNH PHẦN:

- 1/4 chén dầu ô liu
- 1 củ hành tây, thái nhỏ
- 4 lát pancetta, xắt nhỏ
- 2 tép tỏi, băm nhỏ
- 1 muỗng cà phê ớt đỏ
- 1 lon (14 ounce) cà chua nghiền
- 1/2 thìa cà phê muối
- 1/4 thìa cà phê tiêu đen

HƯỚNG DẪN:

a) Trong chảo, đun nóng dầu ô liu trên lửa vừa.

b) Thêm hành tây xắt nhỏ và pancetta vào nấu cho đến khi hành tây trong suốt và pancetta giòn.

c) Khuấy tỏi băm và ớt đỏ và nấu thêm một phút.

d) Thêm cà chua nghiền, muối và hạt tiêu đen.

e) Đun sôi nước sốt và đun trong khoảng 15 phút, thỉnh thoảng khuấy đều.

f) Tắt bếp và để nước sốt nguội.

g) Sau khi nguội, chuyển nước sốt vào lọ hoặc hộp kín và để trong tủ lạnh.

6.Nước sốt súng máy Mexico

THÀNH PHẦN:
- 2 thìa bơ
- 1(6 ounce) lon bột cà chua
- 21 chén giấm trắng chưng cất
- ½ cốc mật ong
- ½ muỗng canh bột mù tạt
- 3 muỗng canh gia vị nacho khô
- 41 thìa bột cà ri nóng
- 2 muỗng canh hỗn hợp gia vị taco
- 2 thìa húng quế
- 2 thìa tiêu đen
- 2 muỗng canh muối biển/muối kosher

HƯỚNG DẪN:
a) Trong một cái chảo lớn, trộn đều các nguyên liệu của bạn.
b) Đun sôi hỗn hợp, sau đó giảm nhiệt xuống thấp và đun nhỏ lửa trong 10 phút. Làm nguội trước khi phục vụ.

7.Sốt cà chua cay và ớt đỏ

THÀNH PHẦN:
- 2 quả ớt chuông đỏ
- 2 muỗng canh dầu ô liu
- 1 củ hành tây, thái hạt lựu
- 3 tép tỏi, băm nhỏ
- 28 oz (800g) cà chua đóng hộp
- 1 muỗng cà phê ớt đỏ (điều chỉnh theo khẩu vị)
- Muối và hạt tiêu cho vừa ăn

HƯỚNG DẪN:
a) Làm nóng lò ở nhiệt độ 400°F (200°C). Đặt ớt chuông đỏ lên khay nướng và nướng trong lò cho đến khi chín, khoảng 25-30 phút. Lấy ra khỏi lò và để nguội một chút.

b) Sau khi ớt nguội, gọt bỏ vỏ, bỏ hạt và thái hạt lựu.

c) Trong chảo lớn, đun nóng dầu ô liu trên lửa vừa. Thêm hành tây thái hạt lựu và tỏi băm. Xào cho đến khi mềm, khoảng 5 phút.

d) Thêm cà chua thái hạt lựu, ớt đỏ nướng và ớt đỏ vào chảo. Nêm muối và hạt tiêu cho vừa ăn.

e) Đun sôi nước sốt trong khoảng 15-20 phút cho đến khi các hương vị hòa quyện vào nhau.

f) Dùng sốt cà chua cay và ớt đỏ trên mì ống đã nấu chín hoặc sử dụng theo ý muốn.

8.Sốt cà chua Tứ Xuyên

THÀNH PHẦN:

- 2 muỗng canh dầu mè
- 3 tép tỏi, băm nhỏ
- 1 muỗng canh gừng tươi, băm nhỏ
- 28 oz (800g) cà chua đóng hộp
- 2 muỗng canh nước tương
- 1 muỗng canh giấm gạo
- 1 muỗng canh đường nâu
- 1 muỗng cà phê hạt tiêu Tứ Xuyên, nghiền nát
- 1-2 thìa tương ớt (tuỳ khẩu vị)
- Muối để nếm

HƯỚNG DẪN:

a) Trong chảo hoặc chảo lớn, đun nóng dầu mè trên lửa vừa. Thêm tỏi và gừng băm nhỏ. Xào trong 1-2 phút cho đến khi có mùi thơm.

b) Thêm cà chua thái hạt lựu đóng hộp, nước tương, giấm gạo, đường nâu, hạt tiêu Tứ Xuyên nghiền và tương ớt vào chảo. Khuấy để kết hợp.

c) Đun sôi nước sốt trong khoảng 15-20 phút, thỉnh thoảng khuấy đều cho đến khi đặc lại.

d) Hương vị và điều chỉnh gia vị với muối khi cần thiết.

e) Dùng sốt cà chua Tứ Xuyên với các món xào hoặc cơm yêu thích của bạn.

9.Sốt Cà Chua Nướng Bốc Lửa

THÀNH PHẦN:
- 1 lb (450g) cà chua chín, cắt đôi
- 1 củ hành tây, cắt tư
- 4 tép tỏi, bóc vỏ
- 2 quả ớt chipotle sốt adobo
- 1 muỗng cà phê ớt bột xông khói
- 1 thìa cà phê thì là xay
- Muối và hạt tiêu cho vừa ăn

HƯỚNG DẪN:
a) Làm nóng lò ở nhiệt độ 400°F (200°C). Đặt cà chua cắt đôi, hành tây và tép tỏi lên khay nướng.

b) Nướng trong lò khoảng 25-30 phút, cho đến khi rau có màu caramen và mềm.

c) Chuyển rau đã rang vào máy xay hoặc máy chế biến thực phẩm. Thêm ớt chipotle, ớt bột hun khói và thì là xay.

d) Trộn cho đến khi mịn, thêm một ít nước nếu cần thiết để đạt được độ đặc mong muốn.

e) Nêm nước sốt cà chua nướng với muối và hạt tiêu cho vừa ăn.

f) Dùng nước sốt trên thịt nướng, mì ống hoặc dùng làm nước chấm cho món khai vị.

10.cà chua Habanero

THÀNH PHẦN:

- 2 muỗng canh dầu thực vật
- 2 quả ớt habanero, thái nhỏ (bỏ hạt để bớt nóng)
- 4 tép tỏi, băm nhỏ
- 28 oz (800g) cà chua đóng hộp
- 1 thìa cà phê thì là xay
- 1 thìa cà phê ớt bột
- Muối và hạt tiêu cho vừa ăn
- Rau mùi tươi, xắt nhỏ (tùy chọn)

HƯỚNG DẪN:

a) Trong chảo, đun nóng dầu thực vật trên lửa vừa. Thêm ớt habanero cắt nhỏ và tỏi băm. Xào trong 1-2 phút cho đến khi có mùi thơm.

b) Thêm cà chua thái hạt lựu đóng hộp vào chảo. Khuấy thì là và ớt bột. Nêm muối và hạt tiêu cho vừa ăn.

c) Đun nhỏ lửa trong khoảng 10-15 phút để các gia vị hòa quyện vào nhau.

d) Phục vụ sốt cà chua habanero với các món ăn yêu thích của bạn, chẳng hạn như tacos, gà nướng hoặc cơm. Trang trí với rau mùi tươi xắt nhỏ nếu muốn.

11.Sốt cà chua cay kiểu Thái

THÀNH PHẦN:

- 2 muỗng canh dầu thực vật
- 2 tép tỏi, băm nhỏ
- 1 muỗng cà ri đỏ
- 1 lon (14 oz) nước cốt dừa
- 1 cốc cà chua thái hạt lựu đóng hộp
- 1 muỗng canh nước mắm
- 1 muỗng canh nước cốt chanh
- 1 thìa cà phê đường nâu
- Muối để nếm
- Lá ngò tươi cắt nhỏ (tuỳ thích)

HƯỚNG DẪN:

a) Trong chảo, đun nóng dầu thực vật trên lửa vừa. Thêm tỏi băm và bột cà ri đỏ. Xào trong 1-2 phút cho đến khi có mùi thơm.

b) Đổ nước cốt dừa vào và cho cà chua thái hạt lựu đóng hộp vào khuấy đều.

c) Cho nước mắm, nước cốt chanh và đường nâu vào nồi. Nêm muối cho vừa ăn.

d) Đun sôi nước sốt trong khoảng 10-15 phút, để cho nước sốt đặc lại một chút.

e) Dùng sốt cà chua cay kiểu Thái với cơm, mì hoặc các món ăn Thái yêu thích của bạn. Trang trí với lá ngò tươi xắt nhỏ nếu muốn.

12.Sốt cà chua Cajun

THÀNH PHẦN:
- 2 thìa bơ
- 1 củ hành tây, thái hạt lựu
- 1 quả ớt chuông, thái hạt lựu
- 2 cọng cần tây, thái hạt lựu
- 3 tép tỏi, băm nhỏ
- 1 lon (14 oz) cà chua nghiền
- 1 thìa cà phê gia vị Cajun
- 1/2 muỗng cà phê húng tây khô
- 1/2 thìa cà phê lá oregano khô
- Muối và hạt tiêu cho vừa ăn
- Rau mùi tây tươi, xắt nhỏ (tùy chọn)

HƯỚNG DẪN:
a) Trong chảo, làm tan chảy bơ trên lửa vừa. Thêm hành tây thái hạt lựu, ớt chuông và cần tây. Xào cho đến khi mềm, khoảng 5 - 7 phút.
b) Thêm tỏi băm vào chảo và nấu thêm 1-2 phút.
c) Khuấy cà chua nghiền, gia vị Cajun, húng tây khô và lá oregano khô.
d) Nêm muối và hạt tiêu cho vừa ăn. Đun nhỏ nước sốt trong khoảng 10-15 phút, thỉnh thoảng khuấy đều.
e) Dùng nước sốt cà chua Cajun trên mì ống, cơm đã nấu chín hoặc dùng làm nước chấm. Trang trí với rau mùi tây tươi xắt nhỏ nếu muốn.

SỐT CÀ CHUA BBQ

13.Sốt thịt nướng bơ táo

THÀNH PHẦN:
- 1 lon sốt cà chua
- ½ cốc bơ táo
- 1 muỗng canh sốt Worcestershire

HƯỚNG DẪN:
a) Trộn mọi thứ.

14.Nước sốt thịt nướng cho khói

THÀNH PHẦN:
- 1 lon súp cà chua 10 oz
- ¼ chén gia vị dưa chua ngọt
- 1 muỗng canh sốt Worcestershire
- ¼ chén hành tây, thái hạt lựu
- 1 muỗng canh giấm
- 1 muỗng canh đường nâu

HƯỚNG DẪN:
a) Trộn tất cả các thành phần và đổ hơn 1 pound khói rồi đun nhỏ lửa trong ấm.
b) Bạn có thể dùng 1 pound xúc xích cắt thành miếng thay vì hun khói.

15.Sốt Cà Chua BBQ Cay

THÀNH PHẦN:
- 1 cốc sốt cà chua
- 1/4 chén giấm táo
- 1/4 cốc mật ong
- 2 thìa mật đường
- 1 muỗng canh mù tạt Dijon
- 1 muỗng canh nước sốt nóng (điều chỉnh theo khẩu vị)
- 1 muỗng cà phê ớt bột xông khói
- 1/2 thìa cà phê bột tỏi
- Muối và hạt tiêu cho vừa ăn

HƯỚNG DẪN:
a) Trong một cái chảo, kết hợp tất cả các thành phần trên lửa vừa.
b) Khuấy đều để kết hợp và đun sôi.
c) Giảm nhiệt xuống thấp và để nước sốt nấu trong vòng 10 - 15 phút, thỉnh thoảng khuấy cho đến khi nước sốt hơi đặc lại.
d) Điều chỉnh gia vị cho vừa ăn với muối và hạt tiêu.
e) Tắt bếp và để nguội trước khi sử dụng. Bảo quản thức ăn thừa trong hộp kín trong tủ lạnh.

16.Sốt cà chua BBQ đào thơm

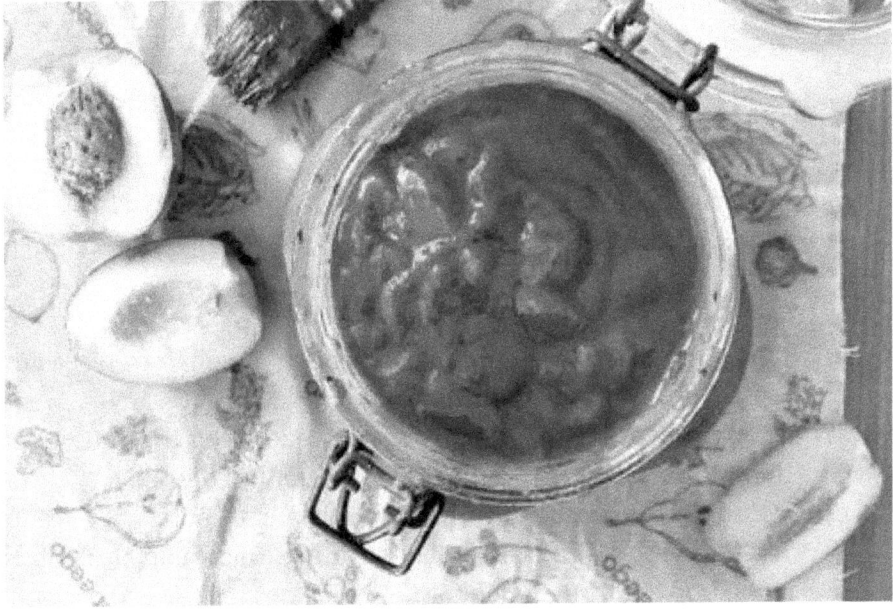

THÀNH PHẦN:

- 1 cốc sốt cà chua
- 1/2 chén mứt đào
- 1/4 chén giấm táo
- 2 muỗng canh sốt Worcestershire
- 1 muỗng canh mù tạt Dijon
- 1 muỗng cà phê ớt bột xông khói
- 1/2 thìa cà phê bột tỏi
- Muối và hạt tiêu cho vừa ăn

HƯỚNG DẪN:

a) Trong một cái chảo, kết hợp tất cả các thành phần trên lửa vừa.

b) Khuấy đều để kết hợp và đun sôi.

c) Giảm nhiệt xuống thấp và để nước sốt nấu trong vòng 10 - 15 phút, thỉnh thoảng khuấy cho đến khi nước sốt hơi đặc lại.

d) Điều chỉnh gia vị cho vừa ăn với muối và hạt tiêu.

e) Tắt bếp và để nguội trước khi sử dụng. Bảo quản thức ăn thừa trong hộp kín trong tủ lạnh.

17.Sốt cà chua BBQ Maple Bourbon và

THÀNH PHẦN:
- 1 cốc sốt cà chua
- 1/4 cốc si-rô phong
- 1/4 cốc rượu bourbon
- 2 muỗng canh giấm táo
- 1 muỗng canh sốt Worcestershire
- 1 muỗng canh mù tạt Dijon
- 1 muỗng cà phê ớt bột xông khói
- 1/2 thìa cà phê bột tỏi
- Muối và hạt tiêu cho vừa ăn

HƯỚNG DẪN:
a) Trong một cái chảo, kết hợp tất cả các thành phần trên lửa vừa.
b) Khuấy đều để kết hợp và đun sôi.
c) Giảm nhiệt xuống thấp và để nước sốt nấu trong vòng 10 - 15 phút, thỉnh thoảng khuấy cho đến khi nước sốt hơi đặc lại.
d) Điều chỉnh gia vị cho vừa ăn với muối và hạt tiêu.
e) Tắt bếp và để nguội trước khi sử dụng. Bảo quản thức ăn thừa trong hộp kín trong tủ lạnh.

18.Sốt Cà Chua BBQ Chipotle Mật Ong

THÀNH PHẦN:

- 1 cốc sốt cà chua
- 1/4 cốc mật ong
- 2 quả ớt chipotle sốt adobo, thái nhỏ
- 2 muỗng canh giấm táo
- 1 muỗng canh sốt Worcestershire
- 1 muỗng canh mù tạt Dijon
- 1 muỗng cà phê ớt bột xông khói
- 1/2 thìa cà phê bột tỏi
- Muối và hạt tiêu cho vừa ăn

HƯỚNG DẪN:

a) Trong một cái chảo, kết hợp tất cả các thành phần trên lửa vừa.

b) Khuấy đều để kết hợp và đun sôi.

c) Giảm nhiệt xuống thấp và để nước sốt nấu trong vòng 10 - 15 phút, thỉnh thoảng khuấy cho đến khi nước sốt hơi đặc lại.

d) Điều chỉnh gia vị cho vừa ăn với muối và hạt tiêu.

e) Tắt bếp và để nguội trước khi sử dụng. Bảo quản thức ăn thừa trong hộp kín trong tủ lạnh.

19.Cà phê sốt cà chua BBQ

THÀNH PHẦN:
- 1 cốc sốt cà chua
- 1/4 cốc cà phê pha
- 2 muỗng canh giấm táo
- 2 muỗng canh đường nâu
- 1 muỗng canh sốt Worcestershire
- 1 muỗng canh mù tạt Dijon
- 1 muỗng cà phê ớt bột xông khói
- 1/2 thìa cà phê bột tỏi
- Muối và hạt tiêu cho vừa ăn

HƯỚNG DẪN:
a) Trong một cái chảo, kết hợp tất cả các thành phần trên lửa vừa.
b) Khuấy đều để kết hợp và đun sôi.
c) Giảm nhiệt xuống thấp và để nước sốt nấu trong vòng 10 - 15 phút, thỉnh thoảng khuấy cho đến khi nước sốt hơi đặc lại.
d) Điều chỉnh gia vị cho vừa ăn với muối và hạt tiêu.
e) Tắt bếp và để nguội trước khi sử dụng. Bảo quản thức ăn thừa trong hộp kín trong tủ lạnh.

20.Sốt Cà Chua BBQ Dứa Jalapeno BBQ

THÀNH PHẦN:
- 1 cốc sốt cà chua
- 1/4 cốc nước ép dứa
- 1 quả ớt jalapeno, bỏ hạt và băm nhỏ
- 2 muỗng canh giấm táo
- 2 muỗng canh đường nâu
- 1 muỗng canh sốt Worcestershire
- 1 muỗng canh mù tạt Dijon
- 1 muỗng cà phê ớt bột xông khói
- 1/2 thìa cà phê bột tỏi
- Muối và hạt tiêu cho vừa ăn

HƯỚNG DẪN:
a) Trong một cái chảo, kết hợp tất cả các thành phần trên lửa vừa.
b) Khuấy đều để kết hợp và đun sôi.
c) Giảm nhiệt xuống thấp và để nước sốt nấu trong vòng 10 - 15 phút, thỉnh thoảng khuấy cho đến khi nước sốt hơi đặc lại.
d) Điều chỉnh gia vị cho vừa ăn với muối và hạt tiêu.
e) Tắt bếp và để nguội trước khi sử dụng. Bảo quản thức ăn thừa trong hộp kín trong tủ lạnh.

21.Sốt Cà Chua BBQ Hàn Quốc

THÀNH PHẦN:

- 1 cốc sốt cà chua
- 1/4 chén nước tương
- 2 muỗng canh giấm gạo
- 2 muỗng canh đường nâu
- 1 muỗng canh dầu mè
- 1 muỗng canh gừng băm
- 2 tép tỏi, băm nhỏ
- 1 thìa cà phê gochujang (tương ớt Hàn Quốc)
- Muối và hạt tiêu cho vừa ăn

HƯỚNG DẪN:

a) Trong một cái chảo, kết hợp tất cả các thành phần trên lửa vừa.

b) Khuấy đều để kết hợp và đun sôi.

c) Giảm nhiệt xuống thấp và để nước sốt nấu trong vòng 10 - 15 phút, thỉnh thoảng khuấy cho đến khi nước sốt hơi đặc lại.

d) Điều chỉnh gia vị cho vừa ăn với muối và hạt tiêu.

e) Tắt bếp và để nguội trước khi sử dụng. Bảo quản thức ăn thừa trong hộp kín trong tủ lạnh.

SỐT SALSA CÀ CHUA

22.Salsa ớt nướng

THÀNH PHẦN:

- 3 quả cà chua lớn, thái hạt lựu
- 1 củ hành tây, bóc vỏ và thái hạt lựu
- ⅓cup ngò tươi thái hạt lựu
- 3 thìa nước cốt chanh tươi
- 2 quả ớt Poblano, nướng và thái hạt lựu
- 1 thìa cà phê tỏi băm

HƯỚNG DẪN:

Nướng ớt Poblano mang lại hương vị khói thơm ngon.

Trộn tất cả các thành phần trong một món ăn và nêm muối và hạt tiêu cho vừa ăn.

Làm lạnh trong 1 giờ để trộn hương vị. Dùng với món Tex-Mex yêu thích của bạn.

23.Salsa bo' Arbol

THÀNH PHẦN:
- ½ pound cà chua Roma Ý
- ¾ cân cà chua đã bỏ vỏ
- ⅓cup(12 đến 15)ớt Arbol
- ½ bó ngò
- 1 củ hành trắng vừa phải, thái hạt lựu
- 2 thìa thì là xay
- 4 tép tỏi, đập dập
- 2 cốc nước
- 1 thìa cà phê muối
- ½ thìa cà phê Tiêu đen mới xay
- 1 quả bơ

HƯỚNG DẪN:

a) Làm nóng lò nướng Blackstone. Đặt cà chua và cà chua lên khay nướng. Nướng, thỉnh thoảng xoay, nướng lên cho đến khi chín đều, từ 10 đến 12 phút

b) Chuyển sang chảo nước sốt cùng với các nguyên liệu còn lại .

c) Đun sôi hỗn hợp và đun cho đến khi hành tây mềm, khoảng 12 đến 15 phút. Cho vào máy xay thực phẩm hoặc máy trộn. Xay nhuyễn rồi lọc lấy nước

d) Phục vụ ở nhiệt độ phòng hoặc hơi lạnh. Salsa Arbol có thể bảo quản trong tủ lạnh từ 3 đến 5 ngày hoặc đông lạnh trong nhiều tuần.

e) Ngay trước phần ăn, cho bơ vào khuấy đều

24.Salsa picante lạch rõ ràng

THÀNH PHẦN:

- 1 muỗng canh dầu ô liu
- 1 củ hành tây nhỏ, băm nhỏ
- 5 tép tỏi băm nhỏ
- 3 quả cà chua, gọt vỏ
- 1 quả ớt neo tươi
- 1 quả ớt chuông vàng
- 4 ounce ớt xanh thái hạt lựu
- 1 thìa cà phê muối
- ¼ thìa cà phê thì là xay
- 1 muỗng canh bột tỏi
- 3 muỗng canh giấm balsamic
- 3 thìa nước cốt chanh
- 1 muỗng canh rau mùi khô
- 1 muỗng canh dầu ô liu
- 1 củ hành tây băm nhỏ
- 5 tép tỏi băm nhỏ
- 3 quả cà chua, gọt vỏ, bỏ hạt, thái hạt lựu
- 1 quả ớt chuông tươi, bỏ hạt và băm nhỏ
- 1 quả ớt chuông vàng, bỏ hạt và băm nhỏ
- 4 oz ớt xanh thái hạt lựu
- 1 thìa cà phê muối
- ¼ts thì là xay
- 1 thìa bột tỏi
- 3 muỗng canh giấm balsamic
- 3 mc nước cốt chanh
- 1 Tb rau mùi khô

HƯỚNG DẪN:

a) Xào hành và tỏi trong dầu ô liu ở lửa vừa cho đến khi mềm

b) Thêm các nguyên liệu còn lại trừ ngò khuấy đều rồi kiểm tra muối. Thêm nhiều hơn nếu muốn. Giảm nhiệt xuống thấp, Đậy nắp và đun nhỏ lửa trong 30 phút.

c) Lấy ra Đậy nắp và đun nhỏ lửa thêm 30 phút hoặc cao hơn cho đến khi đặc lại.

d) Lấy ra khỏi bếp, thêm ngò và khuấy đều. Làm lạnh salsa qua đêm trước khi sử dụng. Dùng làm nước chấm cho khoai tây chiên hoặc làm gia vị phủ trên món ăn Mexico hoặc Tex-Mex yêu thích của bạn

25.Salsa Ý

THÀNH PHẦN:

- quả hạnh
- 1 quả ớt chuông đỏ lớn
- 12 lá húng quế lớn
- 1 tép tỏi lớn
- 1 quả ớt Jalapeno, cắt đôi và bỏ hạt
- 4 quả cà chua sấy khô ngâm dầu
- ¼ củ hành tím lớn
- ¼ cốc dầu ô liu
- 1 muỗng canh giấm balsamic*HOẶC
- 2 muỗng canh giấm rượu vang đỏ và một chút đường
- 1 muỗng canh giấm rượu vang đỏ
- ½ muỗng canh Muối
- 2 quả cà chua lớn
- 10 quả ô liu Kalamata
- Lá húng quế tươi

HƯỚNG DẪN:

a) Làm nóng vỉ nướng Blackstone. Cắt ớt chuông theo chiều dọc thành 4 miếng, bỏ lõi và hạt.

b) Xếp thành từng lớp trên khay nướng có lót giấy bạc, mặt da hướng lên trên.

c) Nướng cách nguồn nhiệt 6 inch trở lên cho đến khi da có màu đen.

d) Lấy ra khỏi vỉ nướng và bọc chặt trong giấy bạc.

e) Để yên ít nhất 10 phút. Loại bỏ vỏ, cắt hạt tiêu thành xúc xắc ½ inch.

f) Dao thép: Đặt 12 lá húng quế vào đĩa khô. Khi máy chạy, thả tỏi và ớt qua ống nạp và chế biến cho đến khi băm nhỏ.

g) Thêm cà chua và hành tây đã phơi khô vào rồi cắt nhỏ bằng cách bật/tắt vài lần. Thêm dầu ô liu, cả giấm và muối vào rồi xay cho đến khi trộn đều, khoảng 5 giây.

h) Chuyển lượng chứa trong đĩa làm việc sang đĩa trộn lớn. Thêm ớt chuông, cà chua và ô liu vào rồi đảo nhẹ nhàng.

26.Salsa cà chua Jalapeno

THÀNH PHẦN:

- 3 quả cà chua
- 1 quả ớt chuông xanh
- 3 muỗng canh ớt Jalapeno
- ¼ c hành tây
- ¼ Quả chanh

HƯỚNG DẪN:

a) Trộn nguyên liệu thái hạt lựu trong một món ăn. Thêm nước cốt chanh và bột giấy và trộn kỹ.

b) Làm lạnh trước phần ăn.

c) Ăn kèm với bánh tortilla giòn, trên miếng cần tây hoặc các loại rau sống khác, làm nước sốt trong bánh taco hoặc bất cứ khi nào muốn có món salsa cay.

27.Salsa xoài dứa

THÀNH PHẦN:

- 1 cốc cà chua thái hạt lựu
- 1/2 chén dứa thái hạt lựu
- 1/2 chén xoài thái hạt lựu
- 1/4 chén hành đỏ thái nhỏ
- 1/4 chén ngò tươi xắt nhỏ
- Nước ép 1 quả chanh
- Muối và hạt tiêu cho vừa ăn

HƯỚNG DẪN:

a) Trong một cái bát, trộn cà chua thái hạt lựu, dứa, xoài, hành tím và ngò.

b) Vắt nước cốt chanh lên salsa và trộn đều.

c) Nêm muối và hạt tiêu cho vừa ăn.

d) Để salsa khoảng 10-15 phút để các hương vị hòa quyện với nhau.

e) Ăn kèm với bánh tortilla hoặc làm lớp phủ cho gà hoặc cá nướng.

28.Salsa ngô và đậu đen

THÀNH PHẦN:
- 1 cốc cà chua thái hạt lựu
- 1 chén đậu đen đóng hộp, rửa sạch và để ráo nước
- 1 chén hạt ngô nấu chín (tươi hoặc đông lạnh)
- 1/4 chén hành đỏ thái hạt lựu
- 1/4 chén ngò tươi xắt nhỏ
- Nước ép 1 quả chanh
- 1/2 thìa cà phê thì là xay
- Muối và hạt tiêu cho vừa ăn

HƯỚNG DẪN:
a) Trong một cái bát, trộn cà chua thái hạt lựu, đậu đen, ngô, hành đỏ và ngò.
b) Vắt nước cốt chanh lên salsa và rắc thì là xay.
c) Nêm muối và hạt tiêu cho vừa ăn.
d) Khuấy đều để kết hợp.
e) Để salsa khoảng 10-15 phút trước khi dùng để cho các hương vị hòa quyện với nhau.
f) Thưởng thức với bánh tortilla hoặc làm lớp phủ cho bánh tacos hoặc quesadillas.

29.Pico de Gallo Salsa

THÀNH PHẦN:
- 2 cốc cà chua thái hạt lựu
- 1/2 chén hành đỏ thái hạt lựu
- 1/4 chén ngò tươi xắt nhỏ
- 2 muỗng canh ớt jalapeno thái hạt lựu (bỏ hạt để ít nóng hơn)
- Nước ép 1 quả chanh
- Muối để nếm

HƯỚNG DẪN:
a) Trong một cái bát, kết hợp cà chua thái hạt lựu, hành tây đỏ, ngò và ớt jalapeno.
b) Vắt nước cốt chanh lên salsa.
c) Nêm muối vừa ăn rồi khuấy đều để hòa quyện.
d) Để salsa khoảng 10-15 phút trước khi dùng để cho các hương vị hòa quyện với nhau.
e) Dùng làm lớp phủ cho món tacos, thịt nướng hoặc cùng với khoai tây chiên.

30.Salsa dưa hấu cà chua

THÀNH PHẦN:

- 1 cốc cà chua thái hạt lựu
- 1 cốc dưa hấu không hạt thái hạt lựu
- 1/4 chén hành đỏ thái hạt lựu
- 1/4 chén lá bạc hà tươi xắt nhỏ
- Nước ép 1 quả chanh
- Muối và hạt tiêu cho vừa ăn

HƯỚNG DẪN:

a) Trong một cái bát, trộn cà chua thái hạt lựu, dưa hấu, hành tím và lá bạc hà.

b) Vắt nước cốt chanh lên salsa.

c) Nêm muối và hạt tiêu cho vừa ăn.

d) Nhẹ nhàng quăng để kết hợp tất cả các thành phần.

e) Để salsa khoảng 10-15 phút trước khi dùng để cho các hương vị hòa quyện với nhau.

f) Dùng lạnh như một món ăn kèm giải khát hoặc làm lớp phủ trên cá hoặc tôm nướng.

31.Salsa cà chua bơ ngô

THÀNH PHẦN:
- 1 cốc cà chua thái hạt lựu
- 1 chén hạt ngô nấu chín (tươi hoặc đông lạnh)
- 1 quả bơ chín, thái hạt lựu
- 1/4 chén hành đỏ thái nhỏ
- 1/4 chén ngò tươi xắt nhỏ
- Nước ép 1 quả chanh
- Muối và hạt tiêu cho vừa ăn

HƯỚNG DẪN:
a) Trong một cái bát, trộn cà chua thái hạt lựu, hạt ngô, bơ thái hạt lựu, hành tím và ngò.
b) Vắt nước cốt chanh lên salsa.
c) Nêm muối và hạt tiêu cho vừa ăn.
d) Nhẹ nhàng quăng để kết hợp tất cả các thành phần.
e) Để salsa khoảng 10-15 phút trước khi dùng để cho các hương vị hòa quyện với nhau.
f) Ăn kèm với bánh tortilla hoặc làm lớp phủ cho bánh taco hoặc gà nướng.

32.Salsa xoài Habanero

THÀNH PHẦN:
- 1 cốc cà chua thái hạt lựu
- 1 cốc xoài thái hạt lựu
- 1 hạt tiêu habanero, bỏ hạt và băm nhỏ
- 1/4 chén hành đỏ thái hạt lựu
- 1/4 chén ngò tươi xắt nhỏ
- Nước ép 1 quả chanh
- Muối để nếm

HƯỚNG DẪN:
a) Trong một cái bát, trộn cà chua thái hạt lựu, xoài thái hạt lựu, ớt habanero băm, hành tím và ngò.
b) Vắt nước cốt chanh lên salsa.
c) Nêm muối cho vừa ăn.
d) Khuấy đều để kết hợp tất cả các thành phần.
e) Để salsa khoảng 10-15 phút trước khi dùng để cho các hương vị hòa quyện với nhau.
f) Ăn kèm với cá nướng, tôm hoặc làm lớp phủ cho bánh taco.

33.Cà chua Salsa Verde

THÀNH PHẦN:
- 1 lb (450g) cà chua, bỏ vỏ và rửa sạch
- 1 quả ớt jalapeno, cắt đôi và bỏ hạt
- 1/2 chén hành tây xắt nhỏ
- 2 tép tỏi
- 1/4 chén ngò tươi xắt nhỏ
- Nước ép 1 quả chanh
- Muối để nếm

HƯỚNG DẪN:
a) Làm nóng lò nướng thịt trong lò của bạn.
b) Đặt nửa quả cà chua và hạt tiêu jalapeno lên khay nướng.
c) Đun khoảng 5-7 phút, lật nửa chừng cho đến khi chín và mềm.
d) Chuyển cà chua nướng và ớt jalapeno vào máy xay hoặc máy chế biến thực phẩm.
e) Thêm hành tây xắt nhỏ, tỏi, ngò và nước cốt chanh vào máy xay.
f) Xay đến khi mịn.
g) Nêm muối cho vừa ăn và điều chỉnh độ đặc nếu cần bằng cách thêm một ít nước.
h) Phục vụ món salsa cà chua với khoai tây chiên, bánh taco hoặc thịt nướng.

34.Salsa ớt đỏ nướng

THÀNH PHẦN:
- 1 cốc cà chua thái hạt lựu
- 1 chén ớt đỏ nướng thái hạt lựu
- 1/4 chén hành đỏ thái nhỏ
- 2 muỗng canh mùi tây tươi xắt nhỏ
- Nước ép của 1 quả chanh
- Muối và hạt tiêu cho vừa ăn

HƯỚNG DẪN:
a) Trong một cái bát, trộn cà chua thái hạt lựu, ớt đỏ nướng thái hạt lựu, hành tím và rau mùi tây.
b) Vắt nước chanh lên salsa.
c) Nêm muối và hạt tiêu cho vừa ăn.
d) Khuấy đều để kết hợp tất cả các thành phần.
e) Để salsa khoảng 10-15 phút trước khi dùng để cho các hương vị hòa quyện với nhau.
f) Dùng làm lớp phủ cho gà nướng, cá hoặc dùng làm món chấm với bánh tortilla.

CHUTNEY CÀ CHUA

35.Thịt nướng trái cây Tương ớt

THÀNH PHẦN:
- 16 củ hành nhỏ
- 1¼ chén rượu trắng khô
- 4 quả mơ vừa phải
- 2 quả đào lớn
- 2 quả cà chua mận nguyên quả
- 12 quả mận nguyên quả
- 2 tép tỏi vừa phải
- 2 muỗng canh nước tương ít natri
- ½ chén đường nâu sẫm
- ¼ thìa cà phê ớt đỏ

HƯỚNG DẪN:

a) Trong một cái chảo nhỏ, trộn hẹ và rượu, đun sôi trên lửa lớn.

b) Giảm nhiệt xuống mức vừa phải và để sôi, đậy nắp lại, đun lên cho đến khi hẹ tây mềm, 15 đến 20 phút

c) Trộn các nguyên liệu còn lại trong nồi lớn, thêm hẹ tây và rượu vào rồi đun sôi ở lửa lớn. Giảm nhiệt vừa phải ; nấu cho đến khi trái cây nát ra nhưng vẫn còn hơi dai, khoảng 10 đến 15 phút. Để nguội.

d) Di chuyển một phần nước sốt cho vào máy xay thực phẩm và xay nhuyễn. Dùng nước này làm nước muối.

36.Tương ớt cà tím và cà chua

THÀNH PHẦN:

- 1,5 kg trứng chín hoặc cà chua chín
- 1 ½ thìa cà phê hạt thì là
- 1 ½ thìa cà phê hạt thì là
- 1 ½ muỗng cà phê hạt mù tạt nâu
- ¼ chén dầu ô liu nguyên chất
- 2 củ hành đỏ, thái nhỏ
- 2 tép tỏi, thái nhỏ
- 2 quả ớt mắt chim đỏ, bỏ hạt và thái nhỏ
- 2 thìa cà phê lá húng tây
- 450 g cà tím, cắt thành miếng 1 cm
- 3 quả táo Granny Smith, gọt vỏ, bỏ lõi và cắt thành miếng 1 cm
- 1 chén giấm rượu vang đỏ
- 1 chén đường nâu đóng gói chắc chắn

HƯỚNG DẪN:

a) Rạch một đường nhỏ hình chữ thập ở gốc mỗi quả cà chua, sau đó chần chúng thành ba mẻ riêng biệt trong nồi nước sôi khoảng 30 giây hoặc cho đến khi vỏ bắt đầu bong ra. Sau đó, làm nguội nhanh chúng trong bồn chứa đầy nước lạnh, rồi gọt vỏ cà chua.

b) Cắt đôi quả cà chua đã gọt vỏ theo chiều ngang rồi múc hạt và lấy nước cốt cho vào tô; đặt những thứ này sang một bên. Cắt nhỏ phần thịt của cà chua và đặt sang một bên.

c) Trong một cái chảo lớn, nặng, khuấy hạt thì là, hạt thì là và hạt mù tạt nâu trên lửa vừa trong khoảng 1 phút hoặc cho đến khi chúng có mùi thơm. Sau đó, chuyển các gia vị này vào một cái bát.

d) Cho chảo lên lửa vừa, thêm dầu ô liu vào. Bây giờ, thêm hành tây, tỏi, ớt, húng tây và 3 muỗng cà phê muối vào. Thỉnh thoảng khuấy đều và nấu trong khoảng 5 phút.

e) Cho cà tím vào hỗn hợp và tiếp tục nấu, thỉnh thoảng khuấy trong khoảng 8 phút hoặc cho đến khi rau mềm. Thêm thịt cà chua cắt nhỏ, gia vị đã nướng trước đó, táo, giấm rượu vang đỏ và đường nâu.

f) Lọc phần nước ép cà chua đã để sẵn vào nồi, bỏ hạt. Đun sôi hỗn hợp, sau đó đun trong khoảng 45 phút hoặc cho đến khi phần lớn chất lỏng bay hơi.

g) Múc tương ớt nóng vào lọ đã khử trùng khi còn ấm và đậy kín lọ ngay.

37.Tương ớt cà chua với Chile

THÀNH PHẦN:
- 1 thìa cà phê hạt thì là
- 1 muỗng cà phê hạt mù tạt đen
- 1 muỗng cà phê hạt rau mùi
- 1 muỗng cà phê hạt thì là
- 4 quả ớt khô
- ½ muỗng cà phê ớt đỏ
- 2 chén giấm trắng
- ½ cốc đường
- 8 cốc cà chua Roma hoặc loại cà chua dán khác đã gọt vỏ, cắt nhỏ và để ráo nước
- 12 tép tỏi, xắt nhỏ
- 1 thìa cà phê muối ngâm

HƯỚNG DẪN:

a) Trong chảo nóng và khô, trộn hạt thì là, hạt mù tạt, hạt rau mùi, hạt thì là và ớt. Rang các loại gia vị, khuấy liên tục cho đến khi có mùi thơm. Chuyển gia vị vào một bát nhỏ. Thêm mảnh ớt đỏ. Để qua một bên.

b) Trong một cái nồi lớn đặt trên lửa vừa, kết hợp giấm trắng và đường. Đun nhỏ lửa, khuấy đều để hòa tan đường.

c) Thêm cà chua, gia vị dành riêng và tỏi. Đun sôi. Giảm nhiệt xuống mức trung bình. Đun nhỏ lửa trong khoảng 1 tiếng rưỡi hoặc cho đến khi đặc lại. Thỉnh thoảng khuấy lúc đầu và thường xuyên hơn khi nó đặc lại. Sau khi đặc lại, cho muối ngâm vào khuấy đều rồi tắt bếp.

d) Chuẩn bị tắm nước nóng. Đặt lọ vào đó để giữ ấm. Rửa nắp và vòng trong nước xà phòng nóng rồi đặt sang một bên.

e) Múc tương ớt vào lọ đã chuẩn bị sẵn, chừa lại ½ inch khoảng trống trên đầu. Sử dụng một dụng cụ phi kim loại để loại bỏ bọt khí. Lau sạch vành và bịt kín bằng nắp và vòng.

f) Xử lý lọ trong bồn nước nóng trong 15 phút. Tắt lửa và để lọ ngâm trong bồn nước trong 10 phút.

g) Cẩn thận lấy lọ ra khỏi hộp đựng nước nóng. Đặt sang một bên để nguội trong 12 giờ.

h) Kiểm tra các nắp để có con dấu thích hợp. Tháo các vòng, lau sạch lọ, dán nhãn và ghi ngày tháng rồi chuyển vào tủ hoặc tủ đựng thức ăn.

i) Để có hương vị tốt nhất, hãy để tương ớt chín trong 3 đến 4 tuần trước khi dùng. Làm lạnh bất kỳ lọ nào không được đậy kín và sử dụng trong vòng 6 tuần. Các lọ được đậy kín đúng cách sẽ tồn tại trong tủ được 12 .

38.Tương ớt ngô và cà chua

THÀNH PHẦN:
- 1 chén hạt ngô tươi
- 2 quả cà chua, xắt nhỏ
- 1 củ hành tây, xắt nhỏ
- 2 tép tỏi, băm nhỏ
- Gừng miếng 1 inch, nạo
- 2 quả ớt xanh
- 1 muỗng canh dầu thực vật
- 1 muỗng cà phê hạt mù tạt
- 1/2 muỗng cà phê bột nghệ
- Muối để nếm
- Lá rau mùi tươi để trang trí

HƯỚNG DẪN:
a) Đun nóng dầu trong chảo trên lửa vừa. Thêm hạt mù tạt và để chúng bắn tung tóe.

b) Thêm hành tây xắt nhỏ, tỏi băm, gừng bào sợi và ớt xanh. Xào cho đến khi hành tây mềm và trong suốt.

c) Thêm hạt ngô tươi và cà chua xắt nhỏ. Nấu cho đến khi cà chua mềm và ngô mềm.

d) Khuấy bột nghệ và muối. Trộn đều và nấu thêm một phút nữa.

e) Tắt bếp và để tương ớt nguội một chút. Trang trí với lá rau mùi tươi trước khi dùng.

39.Tương ớt cà chua xanh cay

THÀNH PHẦN:
- 2 cốc cà chua xanh, thái hạt lựu
- 1 củ hành tây, thái nhỏ
- 2 quả ớt xanh, xắt nhỏ
- 2 tép tỏi, băm nhỏ
- Gừng miếng 1 inch, nạo
- 1/4 chén giấm táo
- 2 muỗng canh đường nâu
- 1/2 muỗng cà phê hạt mù tạt
- 1/2 muỗng cà phê hạt thì là
- 1/4 thìa cà phê bột nghệ
- Muối để nếm

HƯỚNG DẪN:
a) Đun nóng dầu trong chảo trên lửa vừa. Thêm hạt mù tạt và hạt thì là. Hãy để họ nói lắp bắp.
b) Thêm hành tây xắt nhỏ, ớt xanh, tỏi băm và gừng nạo. Xào cho đến khi hành chuyển sang màu trong suốt.
c) Thêm cà chua xanh thái hạt lựu và nấu cho đến khi chúng mềm.
d) Khuấy giấm táo, đường nâu, bột nghệ và muối. Nấu cho đến khi hỗn hợp đặc lại một chút.
e) Để tương ớt nguội hoàn toàn trước khi chuyển vào lọ khử trùng. Bảo quản trong tủ lạnh.

40.Ớt chuông (ớt chuông) và tương ớt cà chua

THÀNH PHẦN:

- 2 quả cà chua cỡ vừa, thái hạt lựu
- 2 quả ớt cỡ vừa (ớt chuông), thái hạt lựu
- 1 củ hành tây, thái nhỏ
- 2 quả ớt xanh, xắt nhỏ
- 1 muỗng canh gừng-tỏi
- 1 muỗng cà phê hạt mù tạt
- 1 thìa cà phê hạt thì là
- 1/2 muỗng cà phê bột nghệ
- 1 thìa cà phê bột ớt đỏ
- 1 muỗng canh giấm
- Muối để nếm
- 2 muỗng canh dầu

HƯỚNG DẪN:

a) Đun nóng dầu trong chảo. Thêm hạt mù tạt và hạt thì là. Hãy để họ nói lắp bắp.

b) Thêm hành tây xắt nhỏ và ớt xanh. Xào cho đến khi hành chuyển sang màu vàng nâu.

c) Thêm bột gừng-tỏi và xào trong một phút.

d) Thêm cà chua thái hạt lựu và ớt chuông. Nấu cho đến khi chúng mềm.

e) Khuấy bột nghệ, bột ớt đỏ, giấm và muối. Nấu thêm vài phút nữa cho đến khi tương ớt đặc lại.

f) Để tương ớt nguội hoàn toàn trước khi bảo quản trong lọ đã khử trùng. Làm lạnh và sử dụng trong vòng một vài tuần.

41.Mầm cà ri và tương ớt cà chua

THÀNH PHẦN:
- 2 chén rau mầm
- 4 quả cà chua, xắt nhỏ
- 1 củ hành tây, xắt nhỏ
- 2 quả ớt xanh, xắt nhỏ
- Tỏi tép, băm nhỏ
- Hạt mù tạt
- Hạt thì là
- lá cà ri
- Muối để nếm
- Dầu nấu ăn

HƯỚNG DẪN:
a) Trong chảo, đun nóng dầu rồi cho hạt mù tạt, hạt thì là và lá cà ri vào. Cho phép họ nói lắp bắp.
b) Thêm hành tây xắt nhỏ, ớt xanh và tỏi băm. Xào cho đến khi hành tây trong suốt.
c) Thêm cà chua xắt nhỏ và nấu cho đến khi chúng mềm.
d) Khuấy mầm cỏ cà ri và nấu trong vài phút.
e) Nêm muối và tiếp tục nấu cho đến khi hỗn hợp đặc lại.
f) Dùng mầm cỏ cà ri và tương ớt cà chua với cơm hoặc như một món ăn phụ.

42.Húng quế và tương ớt cà chua khô

THÀNH PHẦN:
- 2 chén lá húng quế tươi
- 1/2 chén cà chua phơi nắng (đóng gói trong dầu), để ráo nước
- 1/4 chén hạt thông, nướng
- 2 tép tỏi
- 1/4 chén phô mai Parmesan bào
- 1/4 chén dầu ô liu nguyên chất
- Muối và hạt tiêu cho vừa ăn

HƯỚNG DẪN:
a) Trong máy chế biến thực phẩm, kết hợp lá húng quế tươi, cà chua phơi nắng, hạt thông nướng, tép tỏi và phô mai Parmesan bào.
b) Xung cho đến khi hỗn hợp tạo thành một hỗn hợp sệt.
c) Khi máy xay thực phẩm đang chạy, đổ từ từ dầu ô liu vào cho đến khi hỗn hợp được kết hợp tốt.
d) Nêm muối và hạt tiêu cho vừa ăn.
e) Chuyển húng quế và tương ớt cà chua phơi nắng vào lọ và để trong tủ lạnh cho đến khi sẵn sàng sử dụng. Thật tuyệt vời khi dùng với mì ống, phết lên món bruschetta hoặc ăn kèm với gà hoặc cá nướng.

43.Tương ớt đu đủ chua ngọt

THÀNH PHẦN:
- 1 quả đu đủ (tươi, chín hoặc đóng lọ)
- 1 củ hành đỏ nhỏ; thái thật mỏng
- 1 quả cà chua vừa phải- (đến 2); bỏ hạt, thái hạt lựu nhỏ
- ½ chén hành lá cắt khúc
- 1 quả dứa nhỏ; cắt thành từng miếng
- 1 thìa mật ong
- Muối; nếm thử
- Tiêu đen mới xay; nếm thử
- ½Jalapeno tươi;thái hạt lựu

HƯỚNG DẪN:
a)   Trộn đều mọi thứ.

PESTO CÀ CHUA

44.Pesto cà chua khô húng quế

THÀNH PHẦN:
- 1 1/2 chén lá húng quế tươi
- 1/2 chén cà chua phơi nắng trong dầu, để ráo nước
- 1/3 chén hạnh nhân, nướng
- 2 tép tỏi
- 1/2 chén dầu ô liu
- 1/2 chén phô mai Parmesan bào
- Muối để nếm

HƯỚNG DẪN:
a) Trộn húng quế, cà chua phơi nắng, hạnh nhân và tỏi trong máy xay thực phẩm cho đến khi cắt nhỏ.
b) Dần dần đổ dầu ô liu vào cho đến khi hỗn hợp mịn.
c) Chuyển vào tô và trộn phô mai Parmesan. Muối cho vừa ăn.
d) Bảo quản trong tủ lạnh hoặc dùng ngay.

45.Sốt Pesto phơi nắng

THÀNH PHẦN:

- 1 cốc cà chua khô đóng gói
- 1/4 cốc nước cốt chanh
- 1 cốc hạnh nhân
- muối
- 1 quả ớt, xắt nhỏ
- 1 cốc cà chua xắt nhỏ

HƯỚNG DẪN:

a) Trước khi bạn làm bất cứ điều gì, hãy làm nóng lò ở nhiệt độ 350 F.

b) Lấy một cái tô trộn: Cho cà chua khô vào. Đổ nước sôi vào và để yên trong 16 phút cho mềm.

c) Trải đều hạnh nhân lên khay nướng. Đặt nó vào lò nướng và để chúng nấu trong 9 phút.

d) Tắt lửa và để hạnh nhân nguội một lúc.

e) Cắt nhỏ hạnh nhân và đặt chúng sang một bên.

f) Xả cà chua khô.

g) Lấy một máy xay sinh tố: Cho cà chua khô với hạnh nhân và các nguyên liệu còn lại vào đó . Trộn chúng mịn màng.

h) Đổ nước sốt vào lọ và đậy kín. Đặt nó trong tủ lạnh cho đến khi sẵn sàng phục vụ.

i) Bạn có thể phục vụ họ kèm với bánh sandwich, thịt nướng hoặc salad.

46.Pesto atisô phô mai

THÀNH PHẦN:

- 2 chén lá húng quế tươi
- 2 muỗng canh phô mai feta vụn
- 1/4 cốc phô mai Parmesan mới bào 1/4 cốc hạt thông, nướng
- 1 trái tim atisô, xắt nhỏ
- 2 thìa cà chua thái nhỏ ngâm dầu
- 1/2 chén dầu ô liu nguyên chất
- 1 nhúm muối và hạt tiêu đen cho vừa ăn

HƯỚNG DẪN:

a) Trong máy xay thực phẩm lớn, thêm tất cả nguyên liệu trừ dầu và gia vị rồi trộn đều.

b) Trong khi động cơ chạy chậm, thêm dầu vào và đập cho đến khi trơn tru.

c) Nêm muối và hạt tiêu đen và phục vụ.

47.Pesto phô mai dê kiểu Pháp

THÀNH PHẦN:

- 1 (8 oz.) gói phô mai dê, làm mềm
- 1 lọ pesto (8 oz.), hoặc khi cần
- 3 quả cà chua, xắt nhỏ

HƯỚNG DẪN:

a) Trong một đĩa phục vụ lớn, cắt phô mai thành lớp 1/4 inch.

b) Đặt pesto đều lên trên phô mai một lớp mỏng, tiếp theo là cà chua.

c) Thưởng thức món nhúng này với bánh mì Pháp cắt lát.

48.Feta và Pesto cà chua khô

THÀNH PHẦN:

- 2 chén lá húng quế tươi
- 1/2 chén cà chua phơi nắng (đóng gói trong dầu), để ráo nước
- 1/2 chén phô mai feta vụn
- 1/3 chén hạt thông nướng
- 2 tép tỏi
- 1/3 chén dầu ô liu nguyên chất
- Muối và hạt tiêu cho vừa ăn

HƯỚNG DẪN:

a) Trong máy xay thực phẩm, trộn húng quế, cà chua phơi nắng, phô mai feta, hạt thông và tỏi. Xung cho đến khi cắt nhỏ.

b) Trong khi chế biến, thêm dần dầu ô liu cho đến khi pesto mịn.

c) Nêm muối và hạt tiêu cho vừa ăn.

d) Món pesto đầy hương vị này rất ngon được dùng kèm với mì ống, phết lên bánh mì sandwich hoặc dùng làm nước chấm cho bánh mì.

49.Ớt đỏ nướng và Pesto cà chua

THÀNH PHẦN:
- 1 chén ớt đỏ nướng (từ lọ), để ráo nước
- 1 cốc cà chua phơi nắng (đóng gói trong dầu), để ráo nước
- 2 tép tỏi, băm nhỏ
- 1/4 chén phô mai Parmesan bào
- 1/4 chén hạt thông, nướng
- 1/4 chén dầu ô liu nguyên chất
- Muối và hạt tiêu cho vừa ăn

HƯỚNG DẪN:
a) Trong máy xay thực phẩm, trộn ớt đỏ rang, cà chua phơi nắng, tỏi băm, phô mai Parmesan và hạt thông.
b) Xung cho đến khi các thành phần được cắt nhỏ.
c) Khi máy xay thực phẩm đang chạy, thêm dần dầu ô liu cho đến khi pesto đạt được độ đặc như mong muốn.
d) Nêm muối và hạt tiêu cho vừa ăn.
e) Phục vụ ớt đỏ nướng và sốt pesto cà chua trộn với mì ống, phết lên bánh mì sandwich hoặc dùng để chấm cho bánh mì.

50.Cà chua cay và húng quế Pesto

THÀNH PHẦN:

- 1 cốc cà chua bi, giảm một nửa
- 1/4 cốc cà chua phơi nắng (đóng gói trong dầu), để ráo nước
- 2 tép tỏi, băm nhỏ
- 1/4 chén phô mai Parmesan bào
- 1/4 chén hạt thông, nướng
- 1/4 chén lá húng quế tươi
- 1/4 muỗng cà phê ớt đỏ (điều chỉnh theo khẩu vị)
- 1/4 chén dầu ô liu nguyên chất
- Muối để nếm

HƯỚNG DẪN:

a) Trong chảo, đun nóng một ít dầu ô liu trên lửa vừa. Thêm cà chua bi và nấu cho đến khi mềm và hơi caramen, khoảng 5-7 phút.

b) Trong máy xay thực phẩm, kết hợp cà chua bi đã nấu chín, cà chua phơi nắng, tỏi băm, phô mai Parmesan, hạt thông, lá húng quế và ớt đỏ.

c) Xung cho đến khi các thành phần được cắt nhỏ.

d) Khi máy xay thực phẩm đang chạy, thêm dần dầu ô liu cho đến khi pesto đạt được độ đặc như mong muốn.

e) Nêm muối cho vừa ăn.

f) Phục vụ cà chua cay và pesto húng quế trộn với mì ống, phết lên món bruschetta hoặc làm lớp phủ cho gà hoặc cá nướng.

51.Pesto cà chua quả óc chó

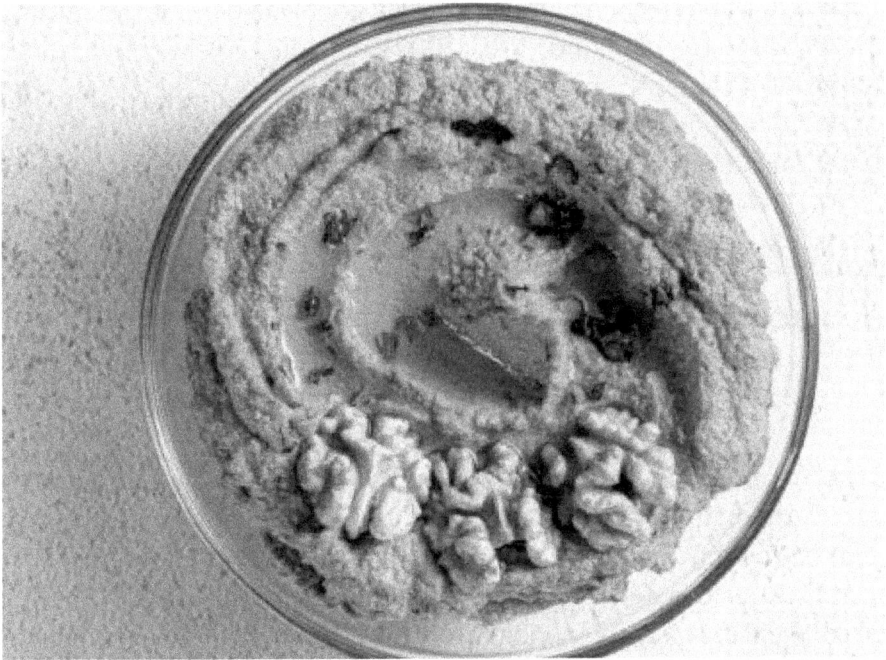

THÀNH PHẦN:

- 1 cốc cà chua bi
- 1/4 cốc cà chua phơi nắng (đóng gói trong dầu), để ráo nước
- 2 tép tỏi, băm nhỏ
- 1/4 chén phô mai Parmesan bào
- 1/4 chén quả óc chó, nướng
- 1/4 chén lá húng quế tươi
- 1/4 chén dầu ô liu nguyên chất
- Muối và hạt tiêu cho vừa ăn

HƯỚNG DẪN:

a) Làm nóng lò ở nhiệt độ 400°F (200°C). Đặt cà chua bi lên khay nướng và nướng trong 15-20 phút hoặc cho đến khi chúng bắt đầu vỡ ra và chuyển sang màu caramen.

b) Trong máy xay thực phẩm, trộn cà chua bi rang, cà chua phơi nắng, tỏi băm, phô mai Parmesan, quả óc chó và lá húng quế trong máy xay thực phẩm.

c) Xung cho đến khi các thành phần được cắt nhỏ.

d) Khi máy xay thực phẩm đang chạy, thêm dần dầu ô liu cho đến khi pesto đạt được độ đặc như mong muốn.

e) Nêm muối và hạt tiêu cho vừa ăn.

f) Phục vụ món pesto cà chua quả óc chó trộn với mì ống, phết lên bánh mì crostini hoặc làm lớp phủ cho rau nướng.

52.Pesto Rosso cà chua

THÀNH PHẦN:
- 1 cốc cà chua phơi nắng (đóng gói trong dầu), để ráo nước
- 2 tép tỏi, băm nhỏ
- 1/4 chén phô mai Parmesan bào
- 1/4 chén hạt thông, nướng
- 1/4 chén lá húng quế tươi
- 1/4 chén dầu ô liu nguyên chất
- Muối và hạt tiêu cho vừa ăn

HƯỚNG DẪN:
a) Trong máy xay thực phẩm, trộn cà chua phơi nắng, tỏi băm, phô mai Parmesan, hạt thông và lá húng quế trong máy xay thực phẩm.
b) Xung cho đến khi các thành phần được cắt nhỏ.
c) Khi máy xay thực phẩm đang chạy, thêm dần dầu ô liu cho đến khi pesto đạt được độ đặc như mong muốn.
d) Nêm muối và hạt tiêu cho vừa ăn.
e) Phục vụ món pesto rosso cà chua trộn với mì ống, phết lên bánh mì sandwich hoặc dùng làm nước chấm cho bánh mì que.

53.Pesto cà chua và hạnh nhân

THÀNH PHẦN:

- 1 cốc cà chua phơi nắng (đóng gói trong dầu), để ráo nước
- 1/4 chén hạnh nhân, nướng
- 2 tép tỏi, băm nhỏ
- 1/4 chén phô mai Parmesan bào
- 1/4 chén lá húng quế tươi
- 1/4 chén dầu ô liu nguyên chất
- Muối và hạt tiêu cho vừa ăn

HƯỚNG DẪN:

a) Trong máy xay thực phẩm, kết hợp cà chua phơi nắng, hạnh nhân nướng, tỏi băm, phô mai Parmesan và lá húng quế.

b) Xung cho đến khi các thành phần được cắt nhỏ.

c) Khi máy xay thực phẩm đang chạy, thêm dần dầu ô liu cho đến khi pesto đạt được độ đặc như mong muốn.

d) Nêm muối và hạt tiêu cho vừa ăn.

e) Phục vụ món pesto cà chua và hạnh nhân trộn với mì ống, phết lên bánh mì sandwich hoặc dùng để chấm cho các món rau củ.

54.Pesto cà chua và hạt điều

THÀNH PHẦN:
- 1 cốc cà chua phơi nắng (đóng gói trong dầu), để ráo nước
- 1/4 cốc hạt điều, nướng
- 2 tép tỏi, băm nhỏ
- 1/4 chén phô mai Parmesan bào
- 1/4 chén lá húng quế tươi
- 1/4 chén dầu ô liu nguyên chất
- Muối và hạt tiêu cho vừa ăn

HƯỚNG DẪN:
a) Trong máy xay thực phẩm, kết hợp cà chua phơi nắng, hạt điều nướng, tỏi băm, phô mai Parmesan và lá húng quế.
b) Xung cho đến khi các thành phần được cắt nhỏ.
c) Khi máy xay thực phẩm đang chạy, thêm dần dầu ô liu cho đến khi pesto đạt được độ đặc như mong muốn.
d) Nêm muối và hạt tiêu cho vừa ăn.
e) Phục vụ món pesto cà chua và hạt điều trộn với mì ống, phết lên bánh mì crostini hoặc làm lớp phủ cho gà hoặc cá nướng.

55.Cà chua và quả hồ trăn Pesto

THÀNH PHẦN:

- 1 cốc cà chua phơi nắng (đóng gói trong dầu), để ráo nước
- 1/4 chén quả hồ trăn có vỏ, nướng
- 2 tép tỏi, băm nhỏ
- 1/4 chén phô mai Parmesan bào
- 1/4 chén lá húng quế tươi
- 1/4 chén dầu ô liu nguyên chất
- Muối và hạt tiêu cho vừa ăn

HƯỚNG DẪN:

a) Trong máy xay thực phẩm, kết hợp cà chua phơi nắng, quả hồ trăn nướng, tỏi băm, phô mai Parmesan và lá húng quế.

b) Xung cho đến khi các thành phần được cắt nhỏ.

c) Khi máy xay thực phẩm đang chạy, thêm dần dầu ô liu cho đến khi pesto đạt được độ đặc như mong muốn.

d) Nêm muối và hạt tiêu cho vừa ăn.

e) Phục vụ cà chua và pesto quả hồ trăn trộn với mì ống, phết lên món bruschetta hoặc làm nước chấm cho bánh mì.

56.Pesto hạt cà chua và bí ngô

THÀNH PHẦN:

- 1 cốc cà chua phơi nắng (đóng gói trong dầu), để ráo nước
- 1/4 chén hạt bí ngô (pepitas), nướng
- 2 tép tỏi, băm nhỏ
- 1/4 chén phô mai Parmesan bào
- 1/4 chén lá húng quế tươi
- 1/4 chén dầu ô liu nguyên chất
- Muối và hạt tiêu cho vừa ăn

HƯỚNG DẪN:

a) Trong máy xay thực phẩm, kết hợp cà chua phơi nắng, hạt bí ngô nướng, tỏi băm, phô mai Parmesan và lá húng quế.

b) Xung cho đến khi các thành phần được cắt nhỏ.

c) Khi máy xay thực phẩm đang chạy, thêm dần dầu ô liu cho đến khi pesto đạt được độ đặc như mong muốn.

d) Nêm muối và hạt tiêu cho vừa ăn.

e) Phục vụ món pesto cà chua và hạt bí ngô trộn với mì ống, phết lên bánh mì sandwich hoặc làm lớp phủ cho rau củ nướng.

SỐT MỲ CÀ CHUA

57.Sốt mì ống cơ bản

THÀNH PHẦN:
- 1 muỗng canh dầu
- ½ quả ớt chuông đỏ
- ½ quả ớt xanh
- ½ củ hành tây
- ½ thìa cà phê bột tỏi
- ½ muỗng cà phê lá oregano
- ½ muỗng cà phê mảnh mùi tây
- 1 muỗng canh nước sốt nóng
- 1 muỗng canh đường
- Nước sốt cà chua lon 12 ounce
- ½ cốc sốt cà chua
- ½ cốc nước

HƯỚNG DẪN:
a) Trong chảo trên lửa vừa, đun nóng dầu rồi xào ớt chuông và hành tây trong 3 phút.
b) Thêm tỏi, lá oregano, mảnh mùi tây và nước sốt nóng.
c) Thêm nước sốt cà chua, nước vào và nấu trong 3-4 phút.
   a) Thưởng thức!

58.Cay Nước sốt mì ống

THÀNH PHẦN:

- 2 muỗng cà phê dầu ô liu
- 1 củ hành vừa, xắt nhỏ
- 2 muỗng canh tỏi, băm nhỏ
- 2 lon (15 ounce) nước sốt cà chua (có thể thay thế một trong các lon bằng cà chua nghiền hoặc hầm nếu bạn thích cà chua cắt miếng)
- 1 (6-ounce) lon bột cà chua
- 1 thìa cà phê lá oregano khô
- 1 muỗng cà phê hương thảo khô
- 1/2 muỗng cà phê ớt đỏ nghiền nát (có thể bỏ qua nếu thích)
- 3/4 thìa cà phê muối
- 1/4 thìa cà phê tiêu
- 1 thìa cà phê đường

HƯỚNG DẪN:

a) Trong chảo, đun nóng dầu ô liu thiết yếu trên lửa vừa.

b) Cho hành tây vào xào cho đến khi mềm. Đặt tỏi và làm cho một phút nữa.

c) Khuấy được tìm thấy trong các sản phẩm cà chua, lá oregano, hương thảo, ớt đỏ nghiền, muối và hạt tiêu. Tạo kiểu nước sốt và thêm đường nếu muốn.

d) Đun sôi ở mức tối thiểu, sau đó giảm nhiệt và đun nhỏ lửa trong khoảng 10 phút, cho đến khi nó đặc lại một chút. Sử dụng như mong muốn.

59.mì ống cam quýt

THÀNH PHẦN:

- 9 3/5 quả cà chua chín lớn, cắt làm tư, bỏ lõi và cắt nhỏ
- 3 1/5 2 -4 muỗng canh dầu ô liu
- 6 2/5 tép tỏi, bóc vỏ, băm nhỏ
- 4/5 chén lá húng quế khô và rửa sạch, cắt nhỏ
- 2/5 chén mùi tây Ý, rửa sạch và cắt nhỏ
- 16 quả ô liu tươi, bỏ hạt và cắt nhỏ (xanh hoặc đen)
- 2/5 cốc bạch hoa
- 3 1/5 muỗng canh giấm balsamic
- 1 3/5 thìa cà phê vỏ cam bào hoặc 1 thìa cà phê vỏ chanh
- muối và tiêu đen mới xay
- phô mai parmesan, để rắc lên trên mì ống đã hoàn thành

HƯỚNG DẪN:

a) Kết hợp tất cả các thành phần (trừ phô mai) vào tô và trộn đều.
b) Nấu mì ống, trộn nước sốt, rắc phô mai.

60.Bia Nước sốt mì ống

THÀNH PHẦN:
- 1 (29-ounce) lon cà chua xay nhuyễn
- 12 ounce bia
- 2 muỗng canh đường trắng
- 1 1/2 muỗng cà phê bột tỏi
- 1 1/2 muỗng cà phê húng quế khô
- 1 1/2 muỗng cà phê lá oregano khô
- 1 thìa cà phê muối

HƯỚNG DẪN:
a) Kết hợp tất cả các thành phần tìm thấy trong một cái chảo.
b) Đun sôi ở nhiệt độ cao hơn mức trung bình.
c) Giảm nhiệt độ xuống mức trung bình thấp và đun nhỏ lửa trong ba mươi phút.

61.Sốt mì ống Calcutta

THÀNH PHẦN:

- 2 muỗng canh Bơ
- 1½ muỗng canh Hạt thì là; nghiền
- 1 muỗng canh Ớt cựa gà
- 3 Tép tỏi; băm nhỏ
- 2 muỗng canh củ gừng tươi; băm nhỏ
- 2 quả ớt jalapeño ; bỏ hạt và băm nhỏ
- 3½ cốc Cà chua tươi hoặc đóng hộp cắt nhỏ
- 1 muỗng cà phê Thảo quả; đất
- ½ muỗng canh Garam Masala
- ½ cốc Sữa chua nguyên chất
- ½ cốc Kem béo
- ¼ cốc Ngò tươi; băm nhỏ

HƯỚNG DẪN:

a) Xào thì là, ớt bột, tỏi, củ gừng và ớt jalapeños trong bơ cho đến khi vàng và thơm, khoảng 5 phút. Thêm cà chua, bạch đậu khấu và garam masala.

b) Đun nhỏ lửa cho đến khi đặc lại, từ 30 đến 60 phút .

c) Thêm sữa chua, kem tùy chọn và ngò.

d) Đun nóng qua nhưng không đun sôi. Ăn kèm với couscous hoặc mì ống.

62.Sốt cà chua cay Neapolitan

THÀNH PHẦN:

- 2 muỗng canh dầu ô liu
- 4 tép tỏi, băm nhỏ
- 1 củ hành tây, thái nhỏ
- 1/2 muỗng cà phê ớt đỏ (điều chỉnh theo khẩu vị)
- 28 ounce cà chua nghiền đóng hộp
- 1 thìa cà phê lá oregano khô
- Muối và hạt tiêu cho vừa ăn

HƯỚNG DẪN:

a) Đun nóng dầu ô liu trong chảo trên lửa vừa. Thêm tỏi băm và hành tây xắt nhỏ vào xào cho đến khi mềm.

b) Khuấy mảnh ớt đỏ và nấu thêm một phút nữa.

c) Thêm cà chua nghiền, lá oregano khô, muối và hạt tiêu.

d) Đun nhỏ lửa khoảng 20-25 phút cho đến khi nước sốt đặc lại và hương vị hòa quyện.

e) Điều chỉnh gia vị nếu cần và dùng kèm với mì ống đã nấu chín để có vị cay.

63.Sốt cà chua tỏi nướng Neapolitan

THÀNH PHẦN:

- 2 muỗng canh dầu ô liu
- 6 tép tỏi, bóc vỏ
- 28 ounce cà chua nghiền đóng hộp
- 1 thìa cà phê lá oregano khô
- 1 muỗng cà phê húng quế khô
- Muối và hạt tiêu cho vừa ăn

HƯỚNG DẪN:

a) Làm nóng lò ở nhiệt độ 400°F (200°C). Đặt các tép tỏi đã bóc vỏ lên khay nướng và rưới dầu ô liu lên. Nướng trong 15-20 phút cho đến khi chín vàng và có mùi thơm.

b) Trong chảo, đun nóng dầu ô liu trên lửa vừa. Thêm tép tỏi rang và nấu thêm một phút nữa.

c) Khuấy cà chua nghiền, lá oregano khô, húng quế khô, muối và hạt tiêu.

d) Đun nhỏ lửa khoảng 20-25 phút cho đến khi nước sốt đặc lại và hương vị hòa quyện.

e) Điều chỉnh gia vị nếu cần và dùng kèm với mì ống đã nấu chín để có nước sốt đậm đà và thơm.

64.Sốt cà chua balsamic Neapolitan

THÀNH PHẦN:

- 2 muỗng canh dầu ô liu
- 4 tép tỏi, băm nhỏ
- 1 củ hành tây, thái nhỏ
- 2 muỗng canh giấm balsamic
- 28 ounce cà chua nghiền đóng hộp
- 1 thìa cà phê lá oregano khô
- Muối và hạt tiêu cho vừa ăn

HƯỚNG DẪN:

a) Đun nóng dầu ô liu trong chảo trên lửa vừa. Thêm tỏi băm và hành tây xắt nhỏ vào xào cho đến khi mềm.

b) Khuấy giấm balsamic và nấu thêm một phút nữa.

c) Thêm cà chua nghiền, lá oregano khô, muối và hạt tiêu.

d) Đun nhỏ lửa khoảng 20-25 phút cho đến khi nước sốt đặc lại và hương vị hòa quyện.

e) Điều chỉnh gia vị nếu cần và dùng kèm với mì ống đã nấu chín để có hương vị thơm ngon và hấp dẫn.

65.Sốt Cà Chua Caprese

THÀNH PHẦN:
- 2 muỗng canh dầu ô liu
- 4 tép tỏi, băm nhỏ
- 4 quả cà chua lớn, thái hạt lựu
- 1/2 chén lá húng quế tươi, xắt nhỏ
- 8 ounce mozzarella tươi, thái hạt lựu
- Muối và hạt tiêu cho vừa ăn

HƯỚNG DẪN:
a) Đun nóng dầu ô liu trong chảo trên lửa vừa. Thêm tỏi băm vào xào cho đến khi có mùi thơm.
b) Thêm cà chua thái hạt lựu và nấu cho đến khi chúng bắt đầu mềm.
c) Khuấy lá húng quế cắt nhỏ và phô mai mozzarella thái hạt lựu. Nấu cho đến khi mozzarella bắt đầu tan chảy.
d) Nêm muối và hạt tiêu cho vừa ăn.
e) Ăn kèm mì ống nấu chín để có sốt Caprese cổ điển.

66.Sốt mì ống nấm và cà chua

THÀNH PHẦN:

- 2 muỗng canh dầu ô liu
- 8 oz (225g) nấm, thái lát
- 4 tép tỏi, băm nhỏ
- 1 lon (14 oz) cà chua thái hạt lựu
- 1/2 chén nước sốt cà chua
- 1 thìa cà phê lá oregano khô
- Muối và hạt tiêu cho vừa ăn
- Rau mùi tây tươi, cắt nhỏ (để trang trí)

HƯỚNG DẪN:

a) Đun nóng dầu ô liu trong chảo trên lửa vừa. Thêm nấm thái lát vào nấu cho đến khi có màu vàng nâu, khoảng 5-7 phút.

b) Thêm tỏi băm vào chảo và xào trong 1-2 phút cho đến khi có mùi thơm.

c) Đổ cà chua thái hạt lựu và sốt cà chua vào. Khuấy lá oregano khô.

d) Đun nhỏ nước sốt trong khoảng 10 phút, thỉnh thoảng khuấy đều.

e) Nêm muối và hạt tiêu cho vừa ăn.

67.Sốt mì ống cà chua và ô liu

THÀNH PHẦN:
- 2 muỗng canh dầu ô liu
- 1 củ hành tây, thái nhỏ
- 4 tép tỏi, băm nhỏ
- 1 lon (14 oz) cà chua thái hạt lựu
- 1/2 chén nước sốt cà chua
- 1/2 chén ô liu đen thái lát
- 1 muỗng cà phê húng quế khô
- Muối và hạt tiêu cho vừa ăn
- Phô mai Parmesan bào (để trang trí)

HƯỚNG DẪN:
a) Đun nóng dầu ô liu trong chảo trên lửa vừa. Thêm hành tây xắt nhỏ và xào cho đến khi trong suốt, khoảng 5 phút.
b) Thêm tỏi băm vào chảo và nấu thêm 1-2 phút cho đến khi có mùi thơm.
c) Đổ cà chua thái hạt lựu và sốt cà chua vào. Khuấy ô liu đen thái lát và húng quế khô.
d) Đun nhỏ nước sốt trong khoảng 10 phút, thỉnh thoảng khuấy đều.
e) Nêm muối và hạt tiêu cho vừa ăn.
f) Phục vụ nước sốt mì ống cà chua và ô liu trên mì ống đã nấu chín. Trang trí với phô mai Parmesan bào trước khi dùng.

SỐT CÀ CHUA MARINARA

68.Sốt Marinara Chunky

THÀNH PHẦN:

- 1 chén hành đỏ thái hạt lựu
- 1 chén cần tây thái hạt lựu
- 1 cốc bí xanh thái hạt lựu
- 1 chén nấm thái hạt lựu
- 4 cốc cà chua gọt vỏ, thái hạt lựu (khoảng 8 quả cà chua vừa)
- 1 cốc nước ép cà chua
- 2 muỗng canh bột cà chua
- 2 muỗng canh húng quế tươi xắt nhỏ
- 1 muỗng canh oregano tươi xắt nhỏ
- 1 thìa cà phê tỏi băm

HƯỚNG DẪN:

a) Bắt đầu bằng cách cắt hành tây, cần tây, bí xanh và nấm thành từng miếng ½ inch.

b) Trong chảo, xào rau thái hạt lựu trong giấm balsamic trong khoảng 5 phút cho đến khi chúng hơi mềm.

c) Cho cà chua thái hạt lựu vào chảo, cùng với nước ép cà chua, bột cà chua, rau thơm cắt nhỏ (húng quế và lá oregano) và tỏi băm.

d) Để nước sốt sôi trên lửa vừa trong khoảng 20 phút hoặc cho đến khi nước sốt giảm khoảng một phần ba.

e) Khi nước sốt đã đạt đến độ đặc như mong muốn và hương vị đã hòa quyện, hãy dùng nó cùng với mì ống để có một bữa ăn ngon miệng.

69.Sốt Marinara 30 Phút

THÀNH PHẦN:

- 28 ounce cà chua đóng hộp
- 16 ounce nước sốt cà chua
- 5 ½ ounce bột cà chua
- ½ chén ớt chuông xanh xắt nhỏ
- ½ chén hành tây xắt nhỏ
- ½ chén bí xanh thái hạt lựu
- 1 chén nấm xắt nhỏ
- ½ cốc cà rốt cắt nhỏ
- 1 thìa cà phê húng quế
- 1 thìa cà phê kinh giới
- ½ muỗng cà phê lá oregano
- ½ muỗng cà phê hương thảo
- 3 tép tỏi băm
- 3 muỗng canh dầu ô liu

HƯỚNG DẪN:

a) Trong một cái chảo lớn, đun nóng dầu ô liu trên lửa vừa.

b) Thêm ớt chuông xanh xắt nhỏ, hành tây, bí xanh, nấm, cà rốt, tỏi băm và các loại thảo mộc (húng quế, kinh giới, lá oregano, hương thảo) vào nồi. Xào cho đến khi hành tây trong suốt và rau hơi mềm.

c) Thêm cà chua đóng hộp, nước sốt cà chua và bột cà chua vào nồi. Dùng thìa bẻ nhỏ toàn bộ quả cà chua.

d) Đun sôi hỗn hợp và đun trong 30 phút, thỉnh thoảng khuấy.

e) Sau khi nước sốt đặc lại và các hương vị đã hòa quyện, nước sốt đã sẵn sàng để sử dụng trong bất kỳ công thức nào gọi là Nước sốt mì ống.

70.Marinara tỏi

THÀNH PHẦN:
- 1 (8 oz) lon cà chua mận Ý
- 2 tép tỏi, nghiền nát
- 2 muỗng canh dầu ô liu
- 2 nhúm lá oregano
- 1 thìa cà phê rau mùi tây xắt nhỏ

HƯỚNG DẪN:
a) Xả cà chua mận Ý và cắt thành từng miếng nhỏ.
b) Trong chảo xào, đun nóng dầu ô liu trên lửa vừa. Thêm tỏi nghiền nát và xào khoảng một phút hoặc cho đến khi vàng.
c) Lấy tỏi ra khỏi chảo và bỏ đi.
d) Thêm cà chua xắt nhỏ vào chảo và xào khoảng 4 phút cho đến khi chúng bắt đầu mềm.
e) Khuấy lá oregano và rau mùi tây cắt nhỏ rồi xào thêm một phút để hương vị hòa quyện.
f) Lấy nước sốt marinara ra khỏi bếp và sử dụng theo ý muốn.

71.Nước sốt mì ống Marinara

THÀNH PHẦN:

- 2 tép tỏi lớn, bóc vỏ
- 20 nhánh mùi tây Ý lớn, chỉ lấy lá
- 1/2 chén dầu ô liu
- 2 pound cà chua chín hoặc đóng hộp cùng số lượng
- Muối và hạt tiêu đen mới xay

HƯỚNG DẪN:

a) Băm nhuyễn tép tỏi và băm nhuyễn lá mùi tây.

b) Trong một cái chảo lớn, đun nóng dầu ô liu trên lửa vừa. Thêm tỏi băm nhỏ và rau mùi tây vào, xào khoảng hai phút, chú ý không để chúng có màu quá nhiều.

c) Nếu sử dụng cà chua tươi, hãy cắt chúng thành miếng 1 inch. Thêm cà chua tươi hoặc cà chua đóng hộp vào chảo và nấu thêm 25 phút, thỉnh thoảng khuấy đều.

d) Chuyển lượng chứa trong chảo qua máy nghiền thực phẩm, sử dụng đĩa có lỗ nhỏ nhất. Ngoài ra, hãy bỏ qua bước này nếu bạn thích nước sốt có cà chua cắt miếng.

e) Nêm nước sốt với muối và hạt tiêu đen mới xay cho vừa ăn.

f) Giảm nước sốt trên lửa vừa thêm 10 phút nữa rồi dùng.

72.Salsa Marinara

THÀNH PHẦN:
- 1 chén hành tây băm
- 2 tép tỏi, băm nhỏ
- 1/3 chén dầu ô liu
- 2 pound cà chua chín cứng, bỏ lõi, cắt thành miếng 1 inch -hoặc- 2 lon (28 ounce) cà chua mận Ý nguyên vỏ đã gọt vỏ
- Muối và tiêu mới xay, vừa ăn

HƯỚNG DẪN:
a) Trong một cái chảo lớn đặt trên lửa vừa phải, nấu hành tây băm, tỏi băm và dầu ô liu, thỉnh thoảng khuấy khoảng 5 phút cho đến khi hành tây mềm.
b) Cho cà chua vào nồi cùng với muối và hạt tiêu tươi xay cho vừa ăn.
c) Đun nhỏ lửa hỗn hợp, đậy nắp, thỉnh thoảng khuấy trong khoảng 20 phút cho đến khi cà chua mềm và hương vị hòa quyện.
d) Nếu muốn, hãy xay nhuyễn hỗn hợp trong máy xay thực phẩm hoặc máy xay sinh tố, hoặc cho qua đĩa của máy xay thực phẩm để có độ đặc mịn hơn.
e) Dùng sốt salsa marinara trên mì ống hoặc dùng làm nước chấm cho bánh mì hoặc rau.

73.Marinara cà chua tỏi nướng

THÀNH PHẦN:

- 2 lbs (khoảng 900g) cà chua chín, cắt đôi
- 1 củ hành tây, xắt nhỏ
- 4 tép tỏi, băm nhỏ
- 2 muỗng canh dầu ô liu
- 1 thìa cà phê lá oregano khô
- 1 muỗng cà phê húng quế khô
- Muối và hạt tiêu cho vừa ăn
- Lá húng quế tươi, cắt nhỏ (để trang trí)

HƯỚNG DẪN:

a) Làm nóng lò ở nhiệt độ 400°F (200°C). Đặt nửa quả cà chua lên khay nướng, cắt mặt hướng lên trên.

b) Rưới dầu ô liu và rắc tỏi băm, hành tây xắt nhỏ, lá oregano khô, húng quế khô, muối và tiêu.

c) Nướng trong lò khoảng 30-40 phút hoặc cho đến khi cà chua chín và mềm.

d) Lấy ra khỏi lò và để nguội một chút. Chuyển cà chua và tỏi đã rang vào máy xay sinh tố hoặc máy chế biến thực phẩm và xay cho đến khi mịn.

e) Đun nóng một thìa dầu ô liu trong chảo trên lửa vừa. Đổ hỗn hợp cà chua đã trộn vào nồi.

f) Đun sôi nước sốt trong khoảng 15-20 phút, thỉnh thoảng khuấy đều cho đến khi nước sốt đặc lại như bạn mong muốn.

g) Nêm thêm muối và hạt tiêu nếu cần.

h) Dùng sốt marinara cà chua tỏi nướng trên mì ống đã nấu chín hoặc dùng làm nước chấm cho bánh mì que. Trang trí với lá húng quế tươi xắt nhỏ trước khi dùng.

74.Marinara cà chua nấm

THÀNH PHẦN:

- 2 muỗng canh dầu ô liu
- 8 oz (225g) nấm, thái lát
- 1 củ hành tây, xắt nhỏ
- 4 tép tỏi, băm nhỏ
- 28 oz (800g) cà chua nghiền đóng hộp
- 1 thìa cà phê lá oregano khô
- 1 muỗng cà phê húng quế khô
- Muối và hạt tiêu cho vừa ăn
- Rau mùi tây tươi, cắt nhỏ (để trang trí)

HƯỚNG DẪN:

a) Đun nóng dầu ô liu trong chảo trên lửa vừa. Thêm nấm thái lát và hành tây xắt nhỏ. Xào cho đến khi nấm có màu vàng nâu và hành tây mềm, khoảng 5 - 7 phút.

b) Thêm tỏi băm vào chảo và nấu thêm 1-2 phút cho đến khi có mùi thơm.

c) Đổ cà chua nghiền đóng hộp vào và trộn lá oregano khô và húng quế. Nêm muối và hạt tiêu cho vừa ăn.

d) Đun sôi nước sốt trong khoảng 15-20 phút, thỉnh thoảng khuấy đều cho đến khi nước sốt đặc lại như bạn mong muốn.

e) Nếm thử và điều chỉnh gia vị nếu cần.

f) Phục vụ sốt marinara cà chua nấm trên mì ống nấu chín. Trang trí với rau mùi tây tươi cắt nhỏ trước khi dùng.

75.Cà chua sốt ớt đỏ Marinara

THÀNH PHẦN:

- 2 muỗng canh dầu ô liu
- 1 củ hành tây, xắt nhỏ
- 4 tép tỏi, băm nhỏ
- 28 oz (800g) cà chua nghiền đóng hộp
- 1 thìa cà phê lá oregano khô
- 1 muỗng cà phê húng quế khô
- 1/2 muỗng cà phê ớt đỏ (điều chỉnh theo khẩu vị)
- Muối và hạt tiêu cho vừa ăn
- Lá húng quế tươi, cắt nhỏ (để trang trí)

HƯỚNG DẪN:

a) Đun nóng dầu ô liu trong chảo trên lửa vừa. Thêm hành tây xắt nhỏ và tỏi băm. Xào cho đến khi hành tây trong suốt và tỏi thơm, khoảng 5 - 7 phút.

b) Đổ cà chua nghiền đóng hộp vào và khuấy đều lá oregano khô, húng quế và ớt đỏ. Nêm muối và hạt tiêu cho vừa ăn.

c) Đun sôi nước sốt trong khoảng 15-20 phút, thỉnh thoảng khuấy đều cho đến khi nước sốt đặc lại như bạn mong muốn.

d) Nếm thử và điều chỉnh gia vị nếu cần.

e) Dùng sốt marinara cà chua thơm ngon trên mì ống đã nấu chín. Trang trí với lá húng quế tươi xắt nhỏ trước khi dùng.

76.Rau chân vịt Cà chua Marinara

THÀNH PHẦN:

- 2 muỗng canh dầu ô liu
- 4 tép tỏi, băm nhỏ
- 4 chén lá rau bina tươi
- 28 oz (800g) cà chua nghiền đóng hộp
- 1 thìa cà phê lá oregano khô
- 1 muỗng cà phê húng quế khô
- Muối và hạt tiêu cho vừa ăn
- Phô mai Parmesan tươi bào sợi (để trang trí)

HƯỚNG DẪN:

a) Đun nóng dầu ô liu trong chảo trên lửa vừa. Thêm tỏi băm vào xào khoảng 1-2 phút cho đến khi có mùi thơm.

b) Thêm lá rau bina tươi vào chảo và nấu cho đến khi héo, khoảng 2-3 phút.

c) Đổ cà chua nghiền đóng hộp vào và trộn lá oregano khô và húng quế. Nêm muối và hạt tiêu cho vừa ăn.

d) Đun sôi nước sốt trong khoảng 15-20 phút, thỉnh thoảng khuấy đều cho đến khi nước sốt đặc lại như bạn mong muốn.

e) Nếm thử và điều chỉnh gia vị nếu cần.

f) Phục vụ nước sốt marinara cà chua rau bina trên mì ống nấu chín. Trang trí với phô mai Parmesan mới bào trước khi dùng.

SỐT CÀ CHUA ARRABBIATA

77.Sốt cà chua Arrabbiata cổ điển

THÀNH PHẦN:
- 2 muỗng canh dầu ô liu
- 4 tép tỏi, băm nhỏ
- 1/2 muỗng cà phê ớt đỏ (điều chỉnh theo khẩu vị)
- 28 ounce cà chua nghiền đóng hộp
- Muối và hạt tiêu cho vừa ăn

HƯỚNG DẪN:
a) Đun nóng dầu ô liu trong chảo trên lửa vừa.
b) Thêm tỏi băm và ớt đỏ vào xào trong 1-2 phút cho đến khi có mùi thơm.
c) Đổ cà chua nghiền vào và nêm muối và hạt tiêu.
d) Đun khoảng 15-20 phút cho đến khi nước sốt đặc lại. Điều chỉnh gia vị nếu cần.
e) Phục vụ mì ống nấu chín và thưởng thức!

78.Sốt cà chua nướng Arrabbiata

THÀNH PHẦN:
- 2 pound cà chua chín, giảm một nửa
- 2 muỗng canh dầu ô liu
- 4 tép tỏi, băm nhỏ
- 1/2 muỗng cà phê ớt đỏ (điều chỉnh theo khẩu vị)
- Muối và hạt tiêu cho vừa ăn

HƯỚNG DẪN:
a) Làm nóng lò ở nhiệt độ 400°F (200°C). Đặt một nửa quả cà chua lên một tấm nướng bánh.

b) Rắc dầu ô liu và nêm muối và hạt tiêu. Nướng khoảng 30-40 phút cho đến khi cà chua mềm và có màu caramen.

c) Trong chảo, đun nóng dầu ô liu trên lửa vừa. Thêm tỏi băm và ớt đỏ vào xào trong 1-2 phút.

d) Thêm cà chua đã rang vào nồi và nghiền chúng bằng nĩa hoặc máy nghiền khoai tây.

e) Đun nhỏ lửa trong vòng 10-15 phút cho đến khi nước sốt đặc lại. Điều chỉnh gia vị nếu cần.

f) Dùng kèm với mì ống và thưởng thức hương vị đậm đà của cà chua nướng!

79.Sốt cà chua cay Arrabbiata với Pancetta

THÀNH PHẦN:
- 2 muỗng canh dầu ô liu
- 4 ounce pancetta, thái hạt lựu
- 4 tép tỏi, băm nhỏ
- 1/2 muỗng cà phê ớt đỏ (điều chỉnh theo khẩu vị)
- 28 ounce cà chua nghiền đóng hộp
- Muối và hạt tiêu cho vừa ăn

HƯỚNG DẪN:
a) Đun nóng dầu ô liu trong chảo trên lửa vừa. Thêm pancetta thái hạt lựu và nấu cho đến khi giòn.
b) Thêm tỏi băm và ớt đỏ, xào thêm một phút nữa.
c) Đổ cà chua nghiền vào và nêm muối và hạt tiêu.
d) Đun khoảng 15-20 phút cho đến khi nước sốt đặc lại. Điều chỉnh gia vị nếu cần.
e) Dùng kèm với mì ống để có một món ăn thơm ngon và cay nồng!

80.Sốt cà chua chay Arrabbiata

THÀNH PHẦN:

- 2 muỗng canh dầu ô liu
- 4 tép tỏi, băm nhỏ
- 1/2 muỗng cà phê ớt đỏ (điều chỉnh theo khẩu vị)
- 28 ounce cà chua nghiền đóng hộp
- Muối và hạt tiêu cho vừa ăn
- Lá húng quế tươi, cắt nhỏ (tùy chọn, để trang trí)

HƯỚNG DẪN:

a) Đun nóng dầu ô liu trong chảo trên lửa vừa. Thêm tỏi băm và ớt đỏ vào xào trong 1-2 phút.

b) Đổ cà chua nghiền vào và nêm muối và hạt tiêu.

c) Đun khoảng 15-20 phút cho đến khi nước sốt đặc lại. Điều chỉnh gia vị nếu cần.

d) Dùng kèm với mì ống đã nấu chín và trang trí với lá húng quế tươi để có một món ăn thuần chay đầy hương vị và sống động!

81.Sốt kem cà chua Arrabbiata

THÀNH PHẦN:

- 2 muỗng canh dầu ô liu
- 4 tép tỏi, băm nhỏ
- 1/2 muỗng cà phê ớt đỏ (điều chỉnh theo khẩu vị)
- 28 ounce cà chua nghiền đóng hộp
- 1/2 cốc kem nặng
- Muối và hạt tiêu cho vừa ăn

HƯỚNG DẪN:

a) Đun nóng dầu ô liu trong chảo trên lửa vừa. Thêm tỏi băm và ớt đỏ vào xào trong 1-2 phút.

b) Đổ cà chua nghiền vào và đun nhỏ lửa.

c) Khuấy kem đặc và đun nhỏ lửa thêm 5-10 phút cho đến khi nước sốt đặc lại.

d) Nêm muối và hạt tiêu cho vừa ăn.

e) Dùng kèm với mì ống đã nấu chín để có hương vị béo ngậy và béo ngậy của nước sốt Arrabbiata cổ điển!

82.Sốt ớt đỏ nướng Arrabbiata

THÀNH PHẦN:
- 2 muỗng canh dầu ô liu
- 1 củ hành tây, xắt nhỏ
- 2 tép tỏi, băm nhỏ
- 1/2 muỗng cà phê ớt đỏ (điều chỉnh theo khẩu vị)
- 2 quả ớt đỏ nướng, gọt vỏ và cắt nhỏ
- 28 ounce cà chua nghiền đóng hộp
- Muối và hạt tiêu cho vừa ăn

HƯỚNG DẪN:
a) Đun nóng dầu ô liu trong chảo trên lửa vừa. Thêm hành tây xắt nhỏ và xào cho đến khi trong suốt.
b) Thêm tỏi băm và ớt đỏ, xào thêm một phút nữa.
c) Khuấy ớt đỏ nướng xắt nhỏ và cà chua nghiền nát. Đun sôi.
d) Đun khoảng 15-20 phút cho đến khi nước sốt đặc lại.
e) Nêm muối và hạt tiêu cho vừa ăn.
f) Dùng kèm với mì ống để có một biến thể đầy hương vị và hơi khói của nước sốt Arrabbiata!

83.Sốt cà chua Arrabbiata phơi nắng

THÀNH PHẦN:
- 2 muỗng canh dầu ô liu
- 4 tép tỏi, băm nhỏ
- 1/2 muỗng cà phê ớt đỏ (điều chỉnh theo khẩu vị)
- 1/2 chén cà chua phơi nắng xắt nhỏ (đóng gói trong dầu)
- 28 ounce cà chua nghiền đóng hộp
- Muối và hạt tiêu cho vừa ăn

HƯỚNG DẪN:
a) Đun nóng dầu ô liu trong chảo trên lửa vừa. Thêm tỏi băm và ớt đỏ vào xào trong 1-2 phút.
b) Khuấy cà chua phơi nắng cắt nhỏ và cà chua nghiền đóng hộp. Đun sôi.
c) Đun khoảng 15-20 phút cho đến khi nước sốt đặc lại.
d) Nêm muối và hạt tiêu cho vừa ăn.
e) Dùng kèm với mì ống đã nấu chín để tạo hương vị thơm ngon và hấp dẫn trên nước sốt Arrabbiata truyền thống!

84.Sốt nấm Arrabbiata

THÀNH PHẦN:

- 2 muỗng canh dầu ô liu
- 8 ounce nấm, thái lát
- 4 tép tỏi, băm nhỏ
- 1/2 muỗng cà phê ớt đỏ (điều chỉnh theo khẩu vị)
- 28 ounce cà chua nghiền đóng hộp
- Muối và hạt tiêu cho vừa ăn

HƯỚNG DẪN:

a) Đun nóng dầu ô liu trong chảo trên lửa vừa. Thêm nấm thái lát và xào cho đến khi vàng nâu.

b) Thêm tỏi băm và ớt đỏ, xào thêm một phút nữa.

c) Khuấy cà chua nghiền đóng hộp và đun nhỏ lửa.

d) Đun khoảng 15-20 phút cho đến khi nước sốt đặc lại.

e) Nêm muối và hạt tiêu cho vừa ăn.

f) Dùng kèm với mì ống đã nấu chín để có nước sốt Nấm Arrabbiata thơm ngon và đậm đà!

SỐT KEM CÀ CHUA

85.Sốt Kem Cà Chua Khô

THÀNH PHẦN:
- 2 muỗng canh dầu ô liu
- 2 tép tỏi, băm nhỏ
- 1/2 chén cà chua phơi nắng, xắt nhỏ
- 1 lon (14 ounce) cà chua thái hạt lựu
- 1 cốc kem đặc
- Muối và hạt tiêu cho vừa ăn
- Rau mùi tây tươi, cắt nhỏ (tùy chọn, để trang trí)

HƯỚNG DẪN:
a) Đun nóng dầu ô liu trong chảo trên lửa vừa. Thêm tỏi băm vào xào cho đến khi có mùi thơm.
b) Thêm cà chua phơi nắng cắt nhỏ và cà chua thái hạt lựu. Đun nhỏ lửa trong 10 phút.
c) Khuấy kem đặc và tiếp tục đun nhỏ lửa thêm 5 phút nữa cho đến khi nước sốt đặc lại.
d) Nêm muối và hạt tiêu cho vừa ăn.
e) Trang trí với rau mùi tây tươi xắt nhỏ nếu muốn.
f) Dùng kèm với mì ống đã nấu chín để có nước sốt kem cà chua phơi nắng đậm đà và hấp dẫn.

86.Sốt Kem Cà Chua Vodka

THÀNH PHẦN:
- 2 muỗng canh dầu ô liu
- 2 tép tỏi, băm nhỏ
- 1 lon (14 ounce) cà chua nghiền
- 1/4 cốc rượu vodka
- 1 cốc kem đặc
- Muối và hạt tiêu cho vừa ăn
- Húng quế tươi, cắt nhỏ (tùy chọn, để trang trí)

HƯỚNG DẪN:
a) Đun nóng dầu ô liu trong chảo trên lửa vừa. Thêm tỏi băm vào xào cho đến khi có mùi thơm.
b) Đổ cà chua nghiền và rượu vodka vào. Đun nhỏ lửa trong 10 phút.
c) Khuấy kem đặc và tiếp tục đun nhỏ lửa thêm 5 phút nữa cho đến khi nước sốt đặc lại.
d) Nêm muối và hạt tiêu cho vừa ăn.
e) Trang trí với húng quế tươi xắt nhỏ nếu muốn.
f) Dùng kèm với mì ống đã nấu chín để có nước sốt kem cà chua pha rượu vodka sang trọng.

87.Sốt Kem Cà Chua Tỏi Nướng

THÀNH PHẦN:
- 2 thìa bơ
- 4 tép tỏi, rang và nghiền
- 1 lon (14 ounce) cà chua nghiền
- 1 cốc kem đặc
- Muối và hạt tiêu cho vừa ăn
- Húng tây tươi, cắt nhỏ (tùy chọn, để trang trí)

HƯỚNG DẪN:
a) Trong chảo, làm tan chảy bơ trên lửa vừa. Thêm tỏi nướng nghiền và xào trong 1-2 phút.
b) Đổ cà chua nghiền vào và đun nhỏ lửa trong 5 - 7 phút.
c) Khuấy kem đặc và tiếp tục đun nhỏ lửa thêm 5 phút nữa cho đến khi nước sốt hơi đặc lại.
d) Nêm muối và hạt tiêu cho vừa ăn.
e) Trang trí với húng tây tươi xắt nhỏ nếu muốn.
f) Dùng kèm với mì ống đã nấu chín để có nước sốt kem cà chua tỏi nướng thơm ngon.

88.Sốt kem cà chua bi với Parmesan

THÀNH PHẦN:

- 2 chén cà chua bi nguyên quả
- 2 đến 3 muỗng canh kem
- 1/3 chén phô mai Parmesan bào
- Muối và hạt tiêu cho vừa ăn

HƯỚNG DẪN:

a) Đun nóng chảo trên lửa vừa và thêm cà chua bi vào. Nấu cho đến khi cà chua mềm và bắt đầu nổ tung. Bạn có thể hỗ trợ quá trình này bằng cách dùng nĩa chọc vào cà chua.

b) Cho nước ép vào chảo rồi giảm lửa.

c) Thêm kem vào chảo và nấu cho đến khi nóng.

d) Tắt bếp và cho phô mai Parmesan bào, muối và tiêu vào khuấy đều.

e) Dùng nước sốt kem cà chua này làm nước sốt mì ống hoặc pizza, phết lên trên bánh mì nướng hoặc khuấy vào món risotto.

89.Sốt kem cà chua húng quế

THÀNH PHẦN:
- 2 muỗng canh dầu ô liu
- 4 tép tỏi, băm nhỏ
- 1 lon (14 oz) cà chua thái hạt lựu
- 1/2 chén nước sốt cà chua
- 1 muỗng cà phê húng quế khô
- 1/2 cốc kem nặng
- Muối và hạt tiêu cho vừa ăn
- Lá húng quế tươi, cắt nhỏ (để trang trí)
- Phô mai Parmesan bào (để trang trí)

HƯỚNG DẪN:

a) Đun nóng dầu ô liu trong chảo trên lửa vừa. Thêm tỏi băm vào xào cho đến khi có mùi thơm, khoảng 1 phút.

b) Thêm cà chua thái hạt lựu và sốt cà chua vào chảo. Khuấy húng quế khô.

c) Đun nhỏ nước sốt trong khoảng 10 phút, thỉnh thoảng khuấy đều.

d) Đổ kem đặc vào và khuấy đều cho đến khi kết hợp tốt. Đun nhỏ lửa thêm 5 phút.

e) Nêm muối và hạt tiêu cho vừa ăn.

f) Phục vụ nước sốt kem cà chua húng quế trên mì ống nấu chín. Trang trí với lá húng quế tươi cắt nhỏ và phô mai Parmesan bào trước khi dùng.

90.Sốt Kem Cà Chua Cay

THÀNH PHẦN:

- 2 muỗng canh dầu ô liu
- 4 tép tỏi, băm nhỏ
- 1 lon (14 oz) cà chua thái hạt lựu
- 1/2 chén nước sốt cà chua
- 1 thìa cà phê lá oregano khô
- 1/2 muỗng cà phê ớt đỏ (điều chỉnh theo khẩu vị)
- 1/2 cốc kem nặng
- Muối và hạt tiêu cho vừa ăn
- Rau mùi tây tươi, cắt nhỏ (để trang trí)

HƯỚNG DẪN:

a) Đun nóng dầu ô liu trong chảo trên lửa vừa. Thêm tỏi băm vào xào cho đến khi có mùi thơm, khoảng 1 phút.

b) Thêm cà chua thái hạt lựu và sốt cà chua vào chảo. Khuấy lá oregano khô và ớt đỏ.

c) Đun nhỏ nước sốt trong khoảng 10 phút, thỉnh thoảng khuấy đều.

d) Đổ kem đặc vào và khuấy đều cho đến khi kết hợp tốt. Đun nhỏ lửa thêm 5 phút.

e) Nêm muối và hạt tiêu cho vừa ăn.

f) Dùng sốt kem cà chua cay trên mì ống đã nấu chín. Trang trí với rau mùi tây tươi cắt nhỏ trước khi dùng.

91.Sốt Kem Cà Chua Nấm

THÀNH PHẦN:

- 2 thìa bơ
- 8 oz (225g) nấm, thái lát
- 4 tép tỏi, băm nhỏ
- 1 lon (14 oz) cà chua thái hạt lựu
- 1/2 chén nước sốt cà chua
- 1/2 cốc kem nặng
- Muối và hạt tiêu cho vừa ăn
- Lá húng tây tươi, cắt nhỏ (để trang trí)

HƯỚNG DẪN:

a) Đun chảy bơ trong chảo trên lửa vừa. Thêm nấm thái lát vào xào cho đến khi có màu vàng nâu, khoảng 5-7 phút.

b) Thêm tỏi băm vào chảo và nấu thêm 1-2 phút.

c) Đổ cà chua thái hạt lựu và sốt cà chua vào. Khuấy để kết hợp.

d) Đun nhỏ nước sốt trong khoảng 10 phút, thỉnh thoảng khuấy đều.

e) Đổ kem đặc vào và khuấy đều cho đến khi kết hợp tốt. Đun nhỏ lửa thêm 5 phút.

f) Nêm muối và hạt tiêu cho vừa ăn.

g) Phục vụ sốt kem cà chua nấm trên mì ống nấu chín. Trang trí với lá húng tây tươi xắt nhỏ trước khi dùng.

92.Rau chân vịt sốt kem cà chua

THÀNH PHẦN:

- 2 muỗng canh dầu ô liu
- 4 tép tỏi, băm nhỏ
- 4 chén lá rau bina tươi
- 1 lon (14 oz) cà chua thái hạt lựu
- 1/2 chén nước sốt cà chua
- 1/2 cốc kem nặng
- Muối và hạt tiêu cho vừa ăn
- Phô mai Parmesan bào (để trang trí)

HƯỚNG DẪN:

a) Đun nóng dầu ô liu trong chảo trên lửa vừa. Thêm tỏi băm vào xào cho đến khi có mùi thơm, khoảng 1 phút.

b) Thêm lá rau bina tươi vào chảo và nấu cho đến khi héo, khoảng 2-3 phút.

c) Đổ cà chua thái hạt lựu và sốt cà chua vào. Khuấy để kết hợp.

d) Đun nhỏ nước sốt trong khoảng 10 phút, thỉnh thoảng khuấy đều.

e) Đổ kem đặc vào và khuấy đều cho đến khi kết hợp tốt. Đun nhỏ lửa thêm 5 phút.

f) Nêm muối và hạt tiêu cho vừa ăn.

g) Phục vụ nước sốt kem cà chua rau bina trên mì ống nấu chín. Trang trí với phô mai Parmesan bào trước khi dùng.

93.Sốt kem cà chua và húng quế

THÀNH PHẦN:

- 1 muỗng canh dầu ô liu
- 4 tép tỏi, băm nhỏ
- 1/4 cốc cà chua khô, xắt nhỏ
- 1 lon (14 oz) cà chua thái hạt lựu
- 1/2 cốc kem nặng
- 1 muỗng cà phê húng quế khô
- Muối và hạt tiêu cho vừa ăn
- Lá húng quế tươi, cắt nhỏ (để trang trí)

HƯỚNG DẪN:

a) Đun nóng dầu ô liu trong chảo trên lửa vừa. Thêm tỏi băm và cà chua khô xắt nhỏ vào xào cho đến khi có mùi thơm.

b) Đổ cà chua thái hạt lựu vào. Khuấy đều và đun nhỏ lửa trong khoảng 10 phút.

c) Giảm nhiệt và khuấy kem tươi và húng quế khô. Để nước sốt sôi thêm 5 phút, thỉnh thoảng khuấy.

d) Nêm muối và hạt tiêu cho vừa ăn.

e) Phục vụ sốt kem cà chua và húng quế trên mì ống nấu chín. Trang trí với lá húng quế tươi xắt nhỏ trước khi dùng.

94.Sốt kem cà chua và ớt đỏ nướng

THÀNH PHẦN:

- 1 muỗng canh dầu ô liu
- 4 tép tỏi, băm nhỏ
- 1/2 chén ớt đỏ nướng, thái hạt lựu
- 1 lon (14 oz) cà chua thái hạt lựu
- 1/2 cốc kem nặng
- Muối và hạt tiêu cho vừa ăn
- Rau mùi tây tươi, cắt nhỏ (để trang trí)

HƯỚNG DẪN:

a) Đun nóng dầu ô liu trong chảo trên lửa vừa. Thêm tỏi băm và ớt chuông đỏ thái hạt lựu vào xào cho đến khi có mùi thơm.

b) Đổ cà chua thái hạt lựu vào. Khuấy đều và đun nhỏ lửa trong khoảng 10 phút.

c) Giảm nhiệt và khuấy kem nặng. Để nước sốt sôi thêm 5 phút, thỉnh thoảng khuấy.

d) Nêm muối và hạt tiêu cho vừa ăn.

e) Dùng sốt kem cà chua và ớt đỏ nướng trên mì ống đã nấu chín. Trang trí với rau mùi tây tươi cắt nhỏ trước khi dùng.

95.Sốt Kem Phô Mai Dê Và Cà Chua

THÀNH PHẦN:

- 1 muỗng canh dầu ô liu
- 4 tép tỏi, băm nhỏ
- 4 oz (113g) phô mai dê
- 1 lon (14 oz) cà chua thái hạt lựu
- 1/2 cốc kem nặng
- Muối và hạt tiêu cho vừa ăn
- Lá húng tây tươi, cắt nhỏ (để trang trí)

HƯỚNG DẪN:

a) Đun nóng dầu ô liu trong chảo trên lửa vừa. Thêm tỏi băm vào xào cho đến khi có mùi thơm.

b) Thêm phô mai dê vào chảo và khuấy cho đến khi tan chảy.

c) Đổ cà chua thái hạt lựu vào. Khuấy đều và đun nhỏ lửa trong khoảng 10 phút.

d) Giảm nhiệt và khuấy kem nặng. Để nước sốt sôi thêm 5 phút, thỉnh thoảng khuấy.

e) Nêm muối và hạt tiêu cho vừa ăn.

f) Phục vụ sốt kem phô mai dê và cà chua trên mì ống nấu chín. Trang trí với lá húng tây tươi xắt nhỏ trước khi dùng.

96.Sốt kem cà chua và Gorgonzola

THÀNH PHẦN:

- 1 muỗng canh dầu ô liu
- 4 tép tỏi, băm nhỏ
- 4 oz (113g) phô mai Gorgonzola
- 1 lon (14 oz) cà chua thái hạt lựu
- 1/2 cốc kem nặng
- Muối và hạt tiêu cho vừa ăn
- Rau mùi tây tươi, cắt nhỏ (để trang trí)

HƯỚNG DẪN:

a) Đun nóng dầu ô liu trong chảo trên lửa vừa. Thêm tỏi băm vào xào cho đến khi có mùi thơm.

b) Thêm phô mai Gorgonzola vào chảo và khuấy cho đến khi tan chảy.

c) Đổ cà chua thái hạt lựu vào. Khuấy đều và đun nhỏ lửa trong khoảng 10 phút.

d) Giảm nhiệt và khuấy kem nặng. Để nước sốt sôi thêm 5 phút, thỉnh thoảng khuấy.

e) Nêm muối và hạt tiêu cho vừa ăn.

f) Phục vụ sốt kem cà chua và Gorgonzola trên mì ống nấu chín. Trang trí với rau mùi tây tươi cắt nhỏ trước khi dùng.

97.Sốt kem cà chua thịt xông khói

THÀNH PHẦN:
- 4 lát thịt xông khói, xắt nhỏ
- 2 thìa bơ
- 4 tép tỏi, băm nhỏ
- 1 lon (14 oz) cà chua thái hạt lựu
- 1/2 chén nước sốt cà chua
- 1/2 cốc kem nặng
- Muối và hạt tiêu cho vừa ăn
- Rau mùi tây tươi, cắt nhỏ (để trang trí)

HƯỚNG DẪN:
a) Trong chảo, nấu thịt xông khói cắt nhỏ trên lửa vừa cho đến khi giòn. Lấy thịt xông khói ra khỏi chảo và đặt sang một bên, để lại phần mỡ trong chảo.

b) Thêm bơ vào chảo cùng với mỡ thịt xông khói đã làm. Sau khi tan chảy, thêm tỏi băm vào và xào cho đến khi có mùi thơm.

c) Đổ cà chua thái hạt lựu và sốt cà chua vào. Khuấy để kết hợp.

d) Đun nhỏ nước sốt trong khoảng 10 phút, thỉnh thoảng khuấy đều.

e) Đổ kem đặc vào và khuấy đều cho đến khi kết hợp tốt. Đun nhỏ lửa thêm 5 phút.

f) Nêm muối và hạt tiêu cho vừa ăn.

g) Phục vụ sốt kem cà chua thịt xông khói trên mì ống nấu chín. Trang trí với rau mùi tây tươi cắt nhỏ và thịt xông khói giòn trước khi dùng.

98.Sốt Kem Cà Chua Thảo Mộc

THÀNH PHẦN:

- 2 muỗng canh dầu ô liu
- 4 tép tỏi, băm nhỏ
- 1 lon (14 oz) cà chua thái hạt lựu
- 1/2 chén nước sốt cà chua
- 1 muỗng cà phê húng tây khô
- 1 muỗng cà phê hương thảo khô
- 1/2 cốc kem nặng
- Muối và hạt tiêu cho vừa ăn
- Lá húng quế tươi, cắt nhỏ (để trang trí)

HƯỚNG DẪN:

a) Đun nóng dầu ô liu trong chảo trên lửa vừa. Thêm tỏi băm vào xào cho đến khi có mùi thơm, khoảng 1 phút.

b) Thêm cà chua thái hạt lựu và sốt cà chua vào chảo. Khuấy húng tây khô và hương thảo.

c) Đun nhỏ nước sốt trong khoảng 10 phút, thỉnh thoảng khuấy đều.

d) Đổ kem đặc vào và khuấy đều cho đến khi kết hợp tốt. Đun nhỏ lửa thêm 5 phút.

e) Nêm muối và hạt tiêu cho vừa ăn.

f) Dùng sốt kem cà chua thảo mộc trên mì ống đã nấu chín. Trang trí với lá húng quế tươi xắt nhỏ trước khi dùng.

99.Tôm Sốt Kem Cà Chua

THÀNH PHẦN:

- 1 muỗng canh dầu ô liu
- 1 lb (450g) tôm, bóc vỏ và bỏ chỉ
- Muối và hạt tiêu cho vừa ăn
- 2 thìa bơ
- 4 tép tỏi, băm nhỏ
- 1 lon (14 oz) cà chua thái hạt lựu
- 1/2 chén nước sốt cà chua
- 1/2 cốc kem nặng
- Rau mùi tây tươi, cắt nhỏ (để trang trí)

HƯỚNG DẪN:

a) Đun nóng dầu ô liu trong chảo trên lửa vừa. Nêm tôm với muối và hạt tiêu, sau đó cho vào chảo. Nấu cho đến khi có màu hồng và đục, khoảng 2-3 phút mỗi mặt. Lấy tôm ra khỏi chảo và đặt sang một bên.

b) Trong cùng một chảo, làm tan chảy bơ. Thêm tỏi băm vào xào cho đến khi có mùi thơm, khoảng 1 phút.

c) Đổ cà chua thái hạt lựu và sốt cà chua vào. Khuấy để kết hợp.

d) Đun nhỏ nước sốt trong khoảng 10 phút, thỉnh thoảng khuấy đều.

e) Đổ kem đặc vào và khuấy đều cho đến khi kết hợp tốt. Đun nhỏ lửa thêm 5 phút.

f) Cho tôm đã nấu chín vào chảo và trộn đều với nước sốt.

g) Phục vụ sốt kem cà chua tôm trên mì ống nấu chín. Trang trí với rau mùi tây tươi cắt nhỏ trước khi dùng.

100.Kem cà chua và rau bina Alfredo

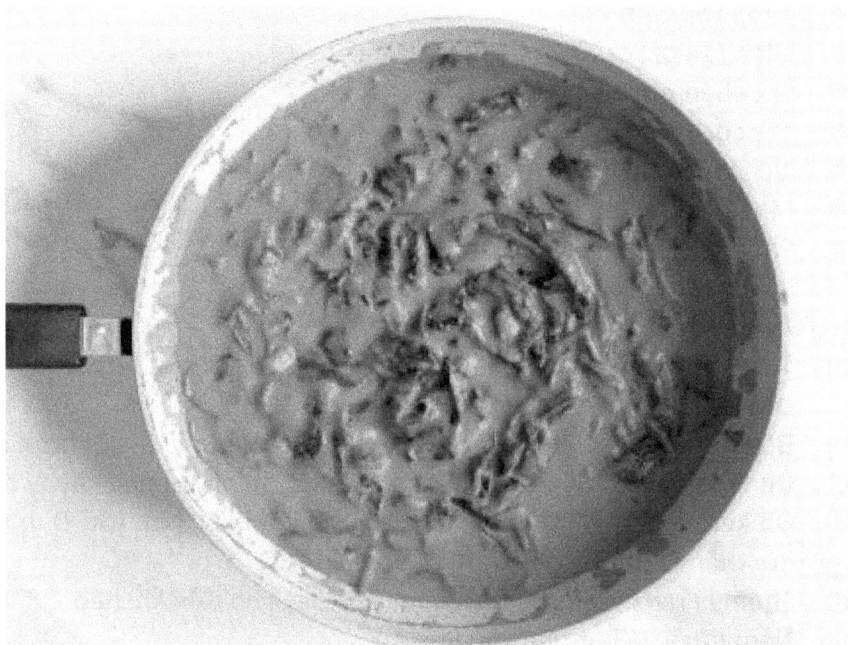

THÀNH PHẦN:

- 2 thìa bơ
- 4 tép tỏi, băm nhỏ
- 1 lon (14 oz) cà chua thái hạt lựu
- 1/2 chén nước sốt cà chua
- 1/2 cốc kem nặng
- 1 chén lá rau bina tươi
- Muối và hạt tiêu cho vừa ăn
- Phô mai Parmesan bào (để trang trí)

HƯỚNG DẪN:

a) Trong chảo, làm tan chảy bơ trên lửa vừa. Thêm tỏi băm vào xào cho đến khi có mùi thơm, khoảng 1 phút.

b) Đổ cà chua thái hạt lựu và sốt cà chua vào. Khuấy để kết hợp.

c) Đun nhỏ nước sốt trong khoảng 10 phút, thỉnh thoảng khuấy đều.

d) Đổ kem đặc vào và khuấy đều cho đến khi kết hợp tốt. Đun nhỏ lửa thêm 5 phút.

e) Thêm lá rau bina tươi vào chảo và khuấy cho đến khi héo.

f) Nêm muối và hạt tiêu cho vừa ăn.

g) Dùng sốt kem cà chua và rau bina alfredo trên mì ống đã nấu chín. Trang trí với phô mai Parmesan bào trước khi dùng.

PHẦN KẾT LUẬN

Khi chia tay "Cuốn sách nấu ăn sốt cà chua thiết yếu", chúng tôi làm như vậy với trái tim tràn đầy lòng biết ơn đối với những hương vị được thưởng thức, những kỷ niệm được tạo ra và những cuộc phiêu lưu ẩm thực được chia sẻ trong suốt chặng đường. Thông qua 100 món mặn sáng tạo tôn vinh tính linh hoạt và thơm ngon của nước sốt cà chua, chúng tôi đã bắt đầu cuộc hành trình của hương vị, sự thoải mái và sự sáng tạo trong ẩm thực, khám phá khả năng vô tận của nguyên liệu khiêm tốn nhưng phi thường này.

Nhưng cuộc hành trình của chúng tôi không kết thúc ở đây. Khi quay trở lại nhà bếp của mình, với nguồn cảm hứng mới và sự đánh giá cao về nước sốt cà chua, chúng ta hãy tiếp tục thử nghiệm, đổi mới và sáng tạo. Cho dù chúng ta đang nấu ăn cho chính mình, người thân hay khách, cầu mong các công thức nấu ăn trong cuốn sách nấu ăn này sẽ mang lại niềm vui và sự hài lòng trong nhiều năm tới.

Và khi chúng ta thưởng thức từng miếng ngon của nước sốt cà chua, chúng ta hãy nhớ đến những niềm vui đơn giản là được ăn ngon, có bạn đồng hành thân thiết và niềm vui khi nấu nướng. Cảm ơn bạn đã tham gia cùng chúng tôi trong cuộc hành trình đầy hương vị qua thế giới nước sốt cà chua. Cầu mong căn bếp của bạn luôn tràn ngập hương thơm đậm đà của cà chua ninh và cầu mong mỗi món ăn bạn tạo ra đều là sự tôn vinh hương vị, truyền thống và sự xuất sắc trong ẩm thực.

Milton Keynes UK
Ingram Content Group UK Ltd.
UKHW030743121124
451094UK00013B/1000

9 781836 875581